베트남어회화 100일의 기적

베트남어회화 100일의 기적

지은이 김효정
펴낸이 임상진
펴낸곳 (주)넥서스

초판 1쇄 인쇄 2020년 1월 15일
초판 1쇄 발행 2020년 1월 20일

출판신고 1992년 4월 3일 제311-2002-2호
주소 10880 경기도 파주시 지목로 5
전화 (02)330-5500 팩스 (02)330-5555

ISBN 979-11-6165-861-2 13730

이 도서의 국립중앙도서관 출판예정도서목록(CIP)은
서지정보유통지원시스템 홈페이지(http://seoji.nl.go.kr)와
국가자료공동목록시스템(http://www.nl.go.kr/kolisnet)에서 이용하실 수 있습니다.
(CIP제어번호 : CIP2020000569)

www.nexusbook.com

100일 후에는 나도 베트남어로 말한다!

베트남어회화 100일의 기적

김효정 지음 · 강의

넥서스

나 .... 는

베트남어회화 100일의 기적으로

100일 뒤 반드시

베트남어 초보를 탈출할 것이다.

베트남어회화를 잘하는 기적

여러분은 베트남어를 왜 배우시나요?

여러 이유 중 가장 궁극적인 목적은 베트남 사람과 대화를 나누기 위해서일 것입니다. 하지만 회화라는 것이 생각처럼 쉽지 않기 때문에 막상 베트남 사람을 만나면 하고 싶은 말을 머릿속으로 떠올리기만 하다가 시간이 지체되고 대화가 끊기기 마련이죠. 왜 이럴까요? 이것은 베트남어 공부량이 부족해서가 아닙니다. 바로 상황에 맞게 자유자재로 쓸 수 있는 '회화' 중심의 공부가 부족하기 때문입니다.

우리가 일상생활에서 맞닥뜨리는 수많은 상황에서 자연스럽고 빠르게 대화를 이어 나가려면 먼저 상황에 대한 시뮬레이션이 머릿속에 그려져 있어야 하고 그 상황 속에서 원어민이 가장 많이 사용되는 표현을 알고 있어야 합니다.

이 책은 제가 피부로 직접 느낀 오랜 베트남 생활 경험을 바탕으로 베트남 현지에서 일어날 수 있는 상황들을 설정했습니다. 그리고 그 상황 속에서 여러분이 어떤 표현들을 가장 필요로 할지 고심하면서 실용적인 표현만을 엄선하여 이 책을 만들었습니다. 100일만 무작정 열심히 듣고 입으로 따라 해 본다면 베트남 사람과의 대화는 더 이상 어려운 일이 아니게 될 것입니다.

모쪼록 이 책이 베트남어 공부를 하는 모든 분들에게 도움이 되길 진심으로 바라며 100일 후에 베트남어 회화에 자신감을 갖게 될 여러분의 모습을 만나 뵙게 되길 고대합니다.

저자 김효정

미리보기 <베트남어회화 100일의 기적> 공부법

1 오늘의 표현 확인
이 문장만은 꼭 외워 주세요.

2 해설강의 듣기
먼저 저자 선생님의 해설강의를 들어 보세요.
어떤 상황에서 쓸 수 있는 표현인지,
어떤 뉘앙스인지를 알려 줍니다.

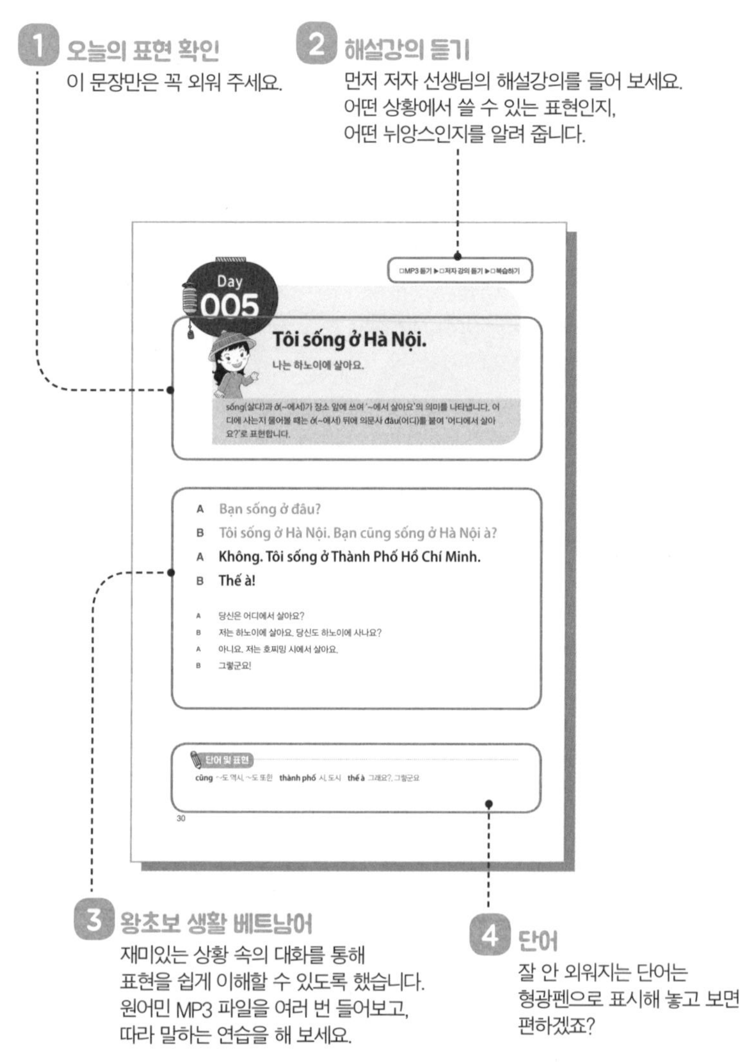

□MP3 듣기 ▶□저자 강의 듣기 ▶□복습하기

Day 005

Tôi sống ở Hà Nội.

나는 하노이에 살아요.

sống(살다)과 ở(~에서)가 장소 앞에 쓰여 '~에서 살아요'의 의미를 나타냅니다. 어디에 사는지 물어볼 때는 ở(~에서) 뒤에 의문사 đâu(어디)를 붙여 '어디에서 살아요?'로 표현합니다.

A Bạn sống ở đâu?
B Tôi sống ở Hà Nội. Bạn cũng sống ở Hà Nội à?
A **Không. Tôi sống ở Thành Phố Hồ Chí Minh.**
B **Thế à!**

A 당신은 어디에서 살아요?
B 저는 하노이에 살아요. 당신도 하노이에 사나요?
A 아니요. 저는 호찌밍 시에서 살아요.
B 그렇군요!

단어 및 표현
cũng ~도 역시, ~도 또한 **thành phố** 시, 도시 **thế à** 그래요?, 그렇군요

30

3 왕초보 생활 베트남어
재미있는 상황 속의 대화를 통해
표현을 쉽게 이해할 수 있도록 했습니다.
원어민 MP3 파일을 여러 번 들어보고,
따라 말하는 연습을 해 보세요.

4 단어
잘 안 외워지는 단어는
형광펜으로 표시해 놓고 보면
편하겠죠?

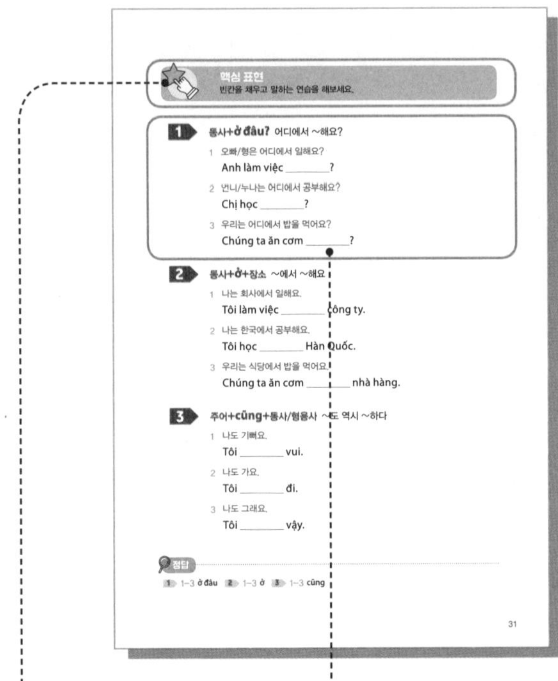

핵심 표현
빈칸을 채우고 말하는 연습을 해보세요.

1 동사+**ở đâu?** 어디에서 ~해요?

1 오빠/형은 어디에서 일해요?
Anh làm việc ________?

2 언니/누나는 어디에서 공부해요?
Chị học ________?

3 우리는 어디에서 밥을 먹어요?
Chúng ta ăn cơm ________?

2 동사+**ở**+장소 ~에서 ~해요

1 나는 회사에서 일해요.
Tôi làm việc ________ công ty.

2 나는 한국에서 공부해요.
Tôi học ________ Hàn Quốc.

3 우리는 식당에서 밥을 먹어요.
Chúng ta ăn cơm ________ nhà hàng.

3 주어+**cũng**+동사/형용사 ~도 역시 ~하다

1 나도 기뻐요.
Tôi ________ vui.

2 나도 가요.
Tôi ________ đi.

3 나도 그래요.
Tôi ________ vậy.

정답
1 1~3 ở đâu 2 1~3 ở 3 1~3 cũng

31

5 회화 포인트 익히기

본격적인 회화 연습 시간입니다.
본문에서 뽑은 핵심 포인트를
확인하세요.

6 응용 회화 문장들

외워서 바로 써먹을 수 있는 회화 문장입니다.
빈칸에 들어갈 말을 적고, 세 번씩 읽어 보세요.

무료 MP3 & 해설강의 듣는 방법

원어민 MP3 듣기

- 스마트폰으로 책 속의 QR코드를 인식하세요.
- PC에서 MP3 다운받기 www.nexusbook.com

저자 해설강의 듣기

- 스마트폰으로 책 속의 QR코드를 인식하세요.
- 오디오클립에서 **베트남어회화 100일** 을 검색하세요.

Day 001~012		페이지	공부한 날
Day 001	**Chúc ngủ ngon.** 잘 자요.	22	월 일
Day 002	**Cái này là gì?** 이게 뭐예요?	24	월 일
Day 003	**Kia là ai?** 저 사람은 누구예요?	26	월 일
Day 004	**Bạn là sinh viên à?** 당신은 대학생인가요?	28	월 일
Day 005	**Tôi sống ở Hà Nội.** 나는 하노이에 살아요.	30	월 일
Day 006	**Cái này bao nhiêu tiền?** 이거 얼마예요?	32	월 일
Day 007	**Giảm giá giúp tôi!** 깎아주세요!	34	월 일
Day 008	**Cho tôi 2 cái.** 2개 주세요.	36	월 일
Day 009	**Nhà vệ sinh ở đâu?** 화장실이 어디예요?	38	월 일
Day 010	**Tôi phải đổi tiền ở đâu?** 어디에서 환전해야 해요?	40	월 일
Day 011	**Cho tôi đến sân bay.** 공항으로 가 주세요.	44	월 일
Day 012	**Cho tôi xuống đây.** 여기서 내려주세요.	46	월 일

Day 062~074		페이지	공부한 날
Day 062	**Tôi không muốn ăn.** 식욕이 없어요.	156	월 일
Day 063	**Đừng bỏ ngò vào ạ.** 고수를 넣지 마세요.	158	월 일
Day 064	**Mấy giờ đóng cửa?** 몇 시에 영업이 끝나요?	160	월 일
Day 065	**Không còn màu nào khác ạ?** 다른 색은 없어요?	162	월 일
Day 066	**Có vấn đề gì không?** 무슨 문제 있어요?	164	월 일
Day 067	**May quá!** 다행이네요!	166	월 일
Day 068	**Tôi sẽ lấy cái này.** 이걸로 할게요.	168	월 일
Day 069	**Đã rồi sao?** 벌써요?	170	월 일
Day 070	**Hãy làm theo tôi!** 따라하세요!	172	월 일
Day 071	**Tôi nhầm rồi.** 착각했어요.	176	월 일
Day 072	**Tôi chán rồi.** 싫증 났어요.	178	월 일
Day 073	**Cho tôi gửi lời hỏi thăm nhé!** 안부 전해주세요!	180	월 일
Day 074	**Đừng để ý nhé!** 신경 쓰지 마세요!	182	월 일

Day 075~087		페이지	공부한 날
Day 075	**Bạn đúng là khéo chọn hàng.** 안목이 있으시군요.	184	월 일
Day 076	**Thế giới này thật nhỏ.** 세상 참 좁군요.	186	월 일
Day 077	**Tôi sẽ trả.** 내가 낼게요.	188	월 일
Day 078	**Thời gian không còn nữa.** 시간이 다 되어 가요.	190	월 일
Day 079	**Ngạc nhiên quá!** 매우 놀라워요!	192	월 일
Day 080	**Bạn nghe tôi nói này.** 내 말 들어봐요.	194	월 일
Day 081	**Làm thế nào bây giờ?** 이제 어떻게 하지요?	198	월 일
Day 082	**Đổ đầy xăng cho tôi.** 기름 가득 채워주세요.	200	월 일
Day 083	**Bạn có hẹn với ai trước phải không?** 선약 있으세요?	202	월 일
Day 084	**Kế hoạch kín cả rồi.** 스케줄이 꽉 차 있어요.	204	월 일
Day 085	**Dù sao thì cũng không liên quan gì cả.** 아무래도 상관없어요.	206	월 일
Day 086	**Lúc nào đó chúng ta gặp nhau nhé!** 언제 한번 만나요!	208	월 일
Day 087	**Đỡ hơn rồi.** 좀 나아졌어요.	210	월 일

· 베트남어 기초 배우기 ·

모음

✲ 단모음

a	ă	â	e	ê	i	y	o	ô	ơ	u	ư
(긴) 아	(짧은) 아	(짧은) 어	애	에	(짧은) 이	(긴) 이	어(오)	오	(긴) 어	우	으

• ê와 ơ는 성대에 약간의 힘을 주어 소리 냅니다.

• o는 앞뒤에 a, e가 오는 경우 '오'로 발음합니다.

✲ 복모음

iê	uyê	uye	ươ	uô	ia	ua	ưa
이에	우이에	우이애	으어	우오	이어	우어	으어

• ia, ua, ưa는 a를 '어'로 발음합니다.(북부 발음 기준)

• 남부에서는 ia, ua, ưa를 '이아', '우아', '으아'로 발음합니다.

자음

✲ 첫 자음

b	v	s	x	h	m	n	l
ㅂ	ㅂ(v)	ㅆ		ㅎ	ㅁ	ㄴ	ㄹ

• v는 입술을 살짝 물어 발음합니다

g	gh	ng	ngh	c	k	q	đ
ㄱ		응		ㄲ			ㄷ

• g, gh, đ는 성대에 약간의 힘을 주어 발음합니다.

• q 뒤에는 u 모음만 올 수 있습니다. 예) qua: 꾸어(X) → 꾸아(O)

r	d	gi	ch	tr	t	th	p	ph	kh	nh
ㅈ (z)	ㅈ (z)	지 (zi)	ㅉ		ㄸ	ㅌ	ㅃ	ㅍ (f)	ㅋ	니

• r, d, gi는 영어 z처럼 혀끝에 마찰을 일으켜 발음합니다.

• ph는 입술을 살짝 물어 영어 f와 같이 발음합니다.

• kh는 성대에 약간의 힘을 주어 발음합니다.

✻ 끝 자음(받침)

-m	-n	-p	-t	-ch	-nh
–ㅁ	–ㄴ	–ㅂ	–ㅅ	–익	–잉

-c	-ng
–ㄱ	–ㅇ

- 받침 c 앞에 '자음+o/ô/u'가 오는 경우 입을 다물며 발음합니다.
- 받침 ng 앞에 '자음+o/ô/u'가 오는 경우 입을 다물며 발음합니다.

성조

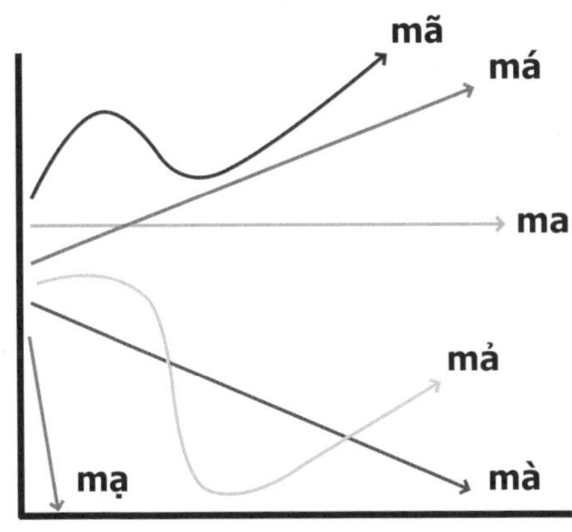

성조 이름	음 특징	성조 부호	뜻
Thanh không dấu [타잉 콩 저우]	평평한 '솔' 음	**ma**	귀신
Thanh sắc [타잉 싹]	평평한 음에서 서서히 상승하는 음	**má**	볼, 엄마
Thanh huyền [타잉 후이엔]	부드럽고 천천히 하강하는 음	**mà**	그런데
Thanh hỏi [타잉 허이]	포물선을 그리듯이 아래로 내렸다가 끝 음을 살짝 올리는 음	**mả**	무덤
Thanh ngã [타잉 응아]	급격히 하강 후 다시 급격히 상승시키는 음	**mã**	말
Thanh nặng [타잉 낭]	강하고 급격히 내리찍는 음	**mạ**	벼, 모

인칭

일반적인 '나'는 tôi, '당신'은 bạn이지만 베트남 사람은 실제 대화 시 나이와 인칭에 따라 아래의 1, 2인칭으로 나와 상대방을 표현합니다.

* 1, 2인칭

ông	할아버지, 지위가 높은 남성뻘
bà	할머니, 지위가 높은 여성뻘
chú	아저씨뻘
cháu	조카, 손자, 손녀뻘
anh	오빠, 형뻘
chị	언니, 누나뻘
cô	아줌마, 아가씨뻘 / 여자 선생님
thầy	남자 선생님
em	동생뻘

• 3인칭(그, 그녀)는 1, 2인칭 뒤에 ấy를 붙여 표현합니다.

예) bà ấy: 그 할머니, chị ấy: 그 언니, 그 누나

* 복수

chúng ta	청자 포함한 우리
chúng tôi	청자 불포함한 우리
các+1, 2, 3인칭	~들*

예) các chị: 언니들, 누나들, các anh ấy: 그 오빠들, 그 형들

숫자

1	một	6	sáu
2	hai	7	bảy
3	ba	8	tám
4	bốn	9	chín
5	năm	10	mười

- 15 이상부터 일의 자리의 5는 năm이 아닌 lăm
  예) 15: mười năm(X) → mười lăm(O)
- 20 이상부터 10은 mười가 아닌 mươi
  예) 20: hai mười(X) → hai mươi(O)
- 21 이상부터 일의 자리의 1은 một이 아닌 mốt
  예) 21: hai mươi một(X) → hai mươi mốt(O)

✻ 단위

구분	백 단위	천 단위	만 단위	십만 단위	백만 단위
단위	trăm	nghìn(=ngàn)			triệu
예	100 một trăm	1.000 một nghìn	10.000 mười nghìn	100.000 một trăm nghìn	1.000.000 một triệu

- 만 단위와 십만 단위는 뒤에서부터 '0' 3개를 끊고 앞부분을 읽은 후 뒷부분(000)을 nghìn 혹은 ngàn이라고 읽습니다.

원어민 MP3와
저자 해설강의를 들어 보세요

001 ~ 010

Day 001 Chúc ngủ ngon.
잘 자요.

Day 002 Cái này là gì?
이게 뭐예요?

Day 003 Kia là ai?
저 사람은 누구예요?

Day 004 Bạn là sinh viên à?
당신은 대학생인가요?

Day 005 Tôi sống ở Hà Nội.
나는 하노이에 살아요.

Day 006 Cái này bao nhiêu tiền?
이거 얼마예요?

Day 007 Giảm giá giúp tôi!
깎아주세요!

Day 008 Cho tôi 2 cái.
2개 주세요.

Day 009 Nhà vệ sinh ở đâu?
화장실이 어디예요?

Day 010 Tôi phải đổi tiền ở đâu?
어디에서 환전해야 해요?

Chúc ngủ ngon.

잘 자요.

베트남에서는 밤 인사로 '잘 자요'라는 표현을 자주 씁니다. chúc(빌다), ngủ(자다), ngon(맛있는)이 합쳐져 직역하면 '맛있게 자길 빈다', 즉 '잘 자요'라는 의미가 됩니다.

A **Ôi!** Buồn ngủ quá!

B Bạn đi ngủ đi! **Muộn rồi.**

A **Vâng.** Tôi đi ngủ nhé!

B **Chúc ngủ ngon.**

A 아! 너무 졸려요!

B 자러 가요! 늦었어요.

A 네. 저 자러 갈게요!

B 잘 자요.

buồn ngủ 졸린 **quá** 매우, 너무 **ngủ** 자다 **đi** 가다 **muộn** 늦은 **Vâng** 네(긍정 답변)

핵심 표현

빈칸을 채우고 말하는 연습을 해보세요.

1 형용사+quá! 너무 ~해!

1 너무 피곤해!

Mệt ________!

2 너무 힘들어!

Vất vả ________!

3 너무 바빠!

Bận ________!

2 ~đi! ~해라!

1 쉬어라!

Nghỉ ________!

2 누워라!

Nằm ________!

3 불 꺼라!

Tắt đèn ________!

3 ~nhé! ~할게!(주어가 '나'인 상황)

1 (나) 쉴게!

(Tôi) Nghỉ ________!

2 (나) 누울게!

(Tôi) Nằm ________!

3 (나) 불 끌게!

(Tôi) Tắt đèn ________!

정답

1 1–3 quá 2 1–3 đi 3 1–3 nhé

Cái này là gì?

이게 뭐예요?

cái(것), này(이), là~(~이다), gì(무엇)이 합쳐져 '이게 뭐예요?'의 의미가 됩니다. cái này처럼 명사끼리 결합되는 경우 역순이 된다는 점을 기억해주세요!

A **Cái này là gì?**

B **Cái này là nón lá.**

A **Cái này là của bạn phải không?**

B **Vâng. Cái này là của tôi.**

A 이게 뭐예요?

B 이것은 논라예요.

A 이것은 당신의 것이 맞아요?

B 네. 이것은 내 것이에요.

cái này 이것 **nón lá** 베트남 전통모자 **của~** ~의 **phải** 맞은, 옳은 **Vâng** 네

핵심 표현

빈칸을 채우고 말하는 연습을 해보세요.

1 ~là gì? ~가 뭐예요?

1 그게 뭐예요?

Cái đó ________?

2 저게 뭐예요?

Cái kia ________?

3 논라가 뭐예요?

Nón lá ________?

2 của~ ~의 것

1 이것은 언니/누나 것이에요.

Cái này là ________ chị.

2 이것은 회사 것이에요.

Cái này là ________ công ty.

3 이것은 친구 것이에요.

Cái này là ________ bạn.

bạn은 '당신'이라는 뜻 외에 명사로 '친구'의 뜻이 있어요.

3 ~phải không? ~맞아요?

1 이것은 논라가 맞아요?

Cái này là nón lá ____________?

2 이것은 베트남 모자가 맞아요?

Cái này là nón Việt Nam ____________?

3 이것은 내 것이 맞아요?

Cái này là của tôi ____________?

정답

1 1–3 **là gì** 2 1–3 **của** 3 1–3 **phải không**

Kia là ai?

저 사람은 누구예요?

kia(저 사람)와 là(~이다), ai(누구)가 합쳐져 '저 사람은 누구예요?'라는 의미가 됩니다. ai는 '누구' 외에 '누가'라는 의미도 있기 때문에 Ai là~?는 '누가 ~예요?'라는 의미예요. kia는 '저 사람' 외에 '저것', '저곳'의 의미가 있으니 참고하세요!

A Kia là ai?

B **Kia là bạn của tôi.**

A Thế thì ai là con gái của bạn?

B Hôm nay con gái tôi không đến.

A 저 사람은 누구예요?

B 저 사람은 제 친구예요.

A 그러면 누가 당신의 딸이에요?

B 오늘 제 딸은 안 왔어요.

bạn 친구, 당신, 너(친구 사이) **thế thì** 그러면 **con gái** 딸 **hôm nay** 오늘 **đến** 오다; 도착하다

핵심 표현

빈칸을 채우고 말하는 연습을 해보세요.

1 ~là ai? ~는 누구예요?

1 그 사람은 누구예요?

Đó ________?

2 이 사람은 누구예요?

Đây ________?

3 당신은 누구예요?

Bạn ________?

2 Ai là~? 누가 ~예요?

1 누가 직원이에요?

________ nhân viên?

2 누가 통역사예요?

________ thông dịch viên?

3 누가 베트남 사람이에요?

________ người Việt Nam?

3 không+동사 ~안 해요/~하지 않아요

1 나는 안 가요.

Tôi ________ đi.

2 나는 안 먹어요.

Tôi ________ ăn.

3 나는 일 안 해요.

Tôi ________ làm.

정답

1 1–3 là ai 2 1–3 Ai là 3 1–3 không

Bạn là sinh viên à?

당신은 대학생인가요?

문장 끝에 ~à?는 사실을 확인하기 위해 묻는 의미를 나타내며 ~hả?, ~phải không?, ~đúng không?과 같은 의미로 바꿔 사용 가능합니다.

A **Bạn là sinh viên à?**

B **Không. Tôi không phải là sinh viên.**

A **Thế thì bạn làm gì?**

B **Tôi là giáo viên.**

A 당신은 대학생인가요?

B 아니요. 저는 대학생이 아니에요.

A 그러면 당신은 무슨 일을 해요?

B 저는 선생님이에요.

sinh viên 대학생 **Không** 아니요 **làm** 일하다; 하다; 만들다 **giáo viên** 선생님

핵심 표현

빈칸을 채우고 말하는 연습을 해보세요.

1 ~à? ~인가요?

1 당신은 안 먹는 건가요?

Bạn không ăn ________?

2 오빠/형은 사장인가요?

Anh là giám đốc ________?

3 언니/누나는 피곤한가요?

Chị mệt ________?

2 không phải là+명사 ~가 아니다

1 나는 선생님이 아니에요.

Tôi ________________ giáo viên.

2 이것이 아니에요.

________________ cái này.

3 나는 베트남인이 아니에요.

Tôi ________________ người Việt Nam.

3 동사+gì? 무엇을 ~해요?

1 오빠/형은 무엇을 원해요?

Anh muốn ________?

2 언니/누나는 무엇을 먹어요?

Chị ăn ________?

3 동생은 무엇을 공부해요?

Em học ________?

정답

1 1–3 à 2 1–3 không phải là 3 1–3 gì

Tôi sống ở Hà Nội.

나는 하노이에 살아요.

sống(살다)과 ở(~에서)가 장소 앞에 쓰여 '~에서 살아요'의 의미를 나타냅니다. 어디에 사는지 물어볼 때는 ở(~에서) 뒤에 의문사 đâu(어디)를 붙여 '어디에서 살아요?'로 표현합니다.

A **Bạn sống ở đâu?**

B **Tôi sống ở Hà Nội. Bạn cũng sống ở Hà Nội à?**

A **Không. Tôi sống ở Thành Phố Hồ Chí Minh.**

B **Thế à!**

A 당신은 어디에서 살아요?

B 저는 하노이에 살아요. 당신도 하노이에 사나요?

A 아니요. 저는 호찌밍 시에서 살아요.

B 그렇군요!

cũng ~도 역시, ~도 또한 **thành phố** 시, 도시 **thế à** 그래요?, 그렇군요

핵심 표현

빈칸을 채우고 말하는 연습을 해보세요.

1 동사+ở đâu? 어디에서 ~해요?

1 오빠/형은 어디에서 일해요?

Anh làm việc ________?

2 언니/누나는 어디에서 공부해요?

Chị học ________?

3 우리는 어디에서 밥을 먹어요?

Chúng ta ăn cơm ________?

2 동사+ở+장소 ~에서 ~해요

1 나는 회사에서 일해요.

Tôi làm việc ________ công ty.

2 나는 한국에서 공부해요.

Tôi học ________ Hàn Quốc.

3 우리는 식당에서 밥을 먹어요.

Chúng ta ăn cơm ________ nhà hàng.

3 주어+cũng+동사/형용사 ~도 역시 ~하다

1 나도 기뻐요.

Tôi ________ vui.

2 나도 가요.

Tôi ________ đi.

3 나도 그래요.

Tôi ________ vậy.

정답

1 1–3 ở đâu 2 1–3 ở 3 1–3 cũng

Cái này bao nhiêu tiền?

이거 얼마예요?

cái này(이것) 뒤에 수량 의문사 bao nhiêu(얼마), tiền(돈)이 합쳐져 '이것은 얼마예요?'의 의미로 가격을 물어보는 표현으로 사용합니다. bao nhiêu는 10 이상의 수량 혹은 수량을 가늠할 수 없을 때 사용하는 수량 의문사입니다.

A Chị ơi! Cái này bao nhiêu tiền?

B **Cái này à? 300.000 đồng.**

A Còn cái này bao nhiêu tiền?

B **Giống nhau.**

A 저기요!(언니/누나뻘을 부를 때) 이거 얼마예요?

B 이거요? 30만동이요.

A 그러면 이것은 얼마예요?

B 서로 같아요.

đồng 동(베트남 화폐 단위) **còn** 그러면 ~는요?(주어가 달라질 때 사용) **giống** 같다 **nhau** 서로

핵심 표현

빈칸을 채우고 말하는 연습을 해보세요.

1 인칭+ơi ~야, ~씨(부르는 말)

1 언니/누나야!

Chị ________!

2 낌 오빠/형씨!

Anh Kim ________!

3 하늘이시여!

Trời ________!

2 Bao nhiêu(10 이상의 수량)+명사 몇 ~예요?

1 몇 개예요?

__________ cái?

2 몇 살이에요?

__________ tuổi?

3 몇 명이에요?

__________ người?

3 Còn~? 그러면 ~는요?

1 그러면 오빠/형은요?

________ anh?

2 그러면 오빠/형은 몇 살이에요?

________ anh bao nhiêu tuổi?

3 그러면 내일은요?

________ ngày mai?

정답

1 1-3 ơi 2 1-3 Bao nhiêu 3 1-3 Còn

Giảm giá giúp tôi!

깎아주세요!

giảm(깎다), giá(가격) 뒤에 giúp(돕다), tôi(나)가 붙어 '~해 주세요'의 의미로 상대방에게 나를 위해 어떤 행위를 해달라고 부탁하는 표현입니다.

A **Cái này đắt quá!**

B **Không đắt đâu!**

A **Bạn giảm giá giúp tôi.**

B **Cái này bán đúng giá mà.**

A 이거 너무 비싸요!

B 하나도 안 비싸요!

A 깎아주세요.

B 이거 정찰 가격으로 파는 건데요.

đắt 비싼 **bán** 팔다 **đúng giá** 정찰 가격

핵심 표현
빈칸을 채우고 말하는 연습을 해보세요.

1 Không+형용사/동사+đâu! 하나도 안 ~해요!

1 하나도 안 좋아요!
_______ tốt _______!

2 하나도 안 멀어요!
_______ xa _______!

3 하나도 안 싸요!
_______ rẻ _______!

2 동사+giúp tôi ~해주세요

1 (언니/누나에게) 해주세요.
Chị làm _______.

2 (오빠/형에게) 환불해주세요.
Anh hoàn tiền lại _______.

3 (언니/누나에게) 바꿔주세요.
Chị đổi _______.

3 ~mà ~인데요

1 비싼데요.
Đắt _______.

2 안 파는데요.
Không bán _______.

3 가고 싶은데요.
Muốn đi _______.

정답

1 1–3 **Không, đâu** 2 1–3 **giúp tôi** 3 1–3 **mà**

Cho tôi 2 cái.

2개 주세요.

cho(주다), tôi(나) 뒤에 명사가 붙는 경우 '나에게 명사를 주세요'라는 의미로 무언가를 달라고 할 때 사용하는 표현입니다.

A Bạn mua mấy cái?

B Cho tôi 2 cái.

A Chỉ 2 cái thôi à?

B **Vâng. 2 cái.**

A 몇 개 사세요?

B 2개 주세요.

A 2개만요?

B 네. 2개요.

mua 사다 **mấy** 몇 **chỉ ~ thôi** 단지 ~일 뿐이다

핵심 표현

빈칸을 채우고 말하는 연습을 해보세요.

1 Mấy(10 이하의 수량)+명사? 몇 ~예요?

1 몇 개요?

________ cái?

2 몇 cm요?

________ phân?

3 몇 시간이요?

________ tiếng?

2 Cho tôi+명사 ~를 주세요

1 이거 주세요.

________ cái này.

2 우비 주세요.

________ áo mưa.

3 과일 주세요.

________ hoa quả(북부) /trái cây(남부).

3 Chỉ ~ thôi 단지~일 뿐이에요

1 단지 10만동밖에 안 해요.

________ 100.000 đồng ________.

2 단지 원할 뿐이에요.

________ muốn ________.

3 단지 이것만 팔 뿐이에요.

________ bán cái này ________.

정답

1 1–3 Mấy 2 1–3 Cho tôi 3 1–3 Chỉ, thôi

Nhà vệ sinh ở đâu?

화장실이 어디예요?

nhà vệ sinh(화장실)을 ở(~에 있다), đâu(어디) 앞에 붙여 화장실의 위치를 물어 볼 수 있습니다.

A Nhà vệ sinh ở đâu?

B **Tôi cũng không biết.** Tôi cũng đang đi tìm nhà vệ sinh.

A **Trời ơi!** Bây giờ chúng ta nên hỏi nhân viên.

B **Vâng.**

A 화장실이 어디예요?

B 저도 몰라요. 저도 화장실을 찾고 있는 중이에요.

A 아이고! 지금 우리는 직원에게 물어보는 게 좋겠어요.

B 네.

단어 및 표현

biết 알다 **đang+동사** ~하는 중이다 **tìm** 찾다 **bây giờ** 지금 **nên+동사** ~하는 게 좋겠다 **hỏi** 묻다 **nhân viên** 직원

핵심 표현

빈칸을 채우고 말하는 연습을 해보세요.

1 명사+ở đâu? ~는 어디에 있어요?

1 오빠/형 집은 어디에 있어요?

Nhà anh ________?

2 언니/누나 고향은 어디에 있어요?

Quê hương chị ________?

3 우체국이 어디에 있어요?

Bưu điện ________?

2 đang+동사 ~하는 중이에요

1 나는 묻고 있는 중이에요.

Tôi ________ hỏi.

2 나는 밥을 먹고 있는 중이에요.

Tôi ________ ăn cơm.

3 나는 TV를 보고 있는 중이에요.

Tôi ________ xem tivi.

3 nên+동사 ~하는 게 좋겠어요

1 나는 찾는 게 좋겠어요.

Tôi ________ tìm.

2 나는 집에 가는 게 좋겠어요.

Tôi ________ về nhà.

3 오빠/형은 일하러 가는 게 좋겠어요.

Anh ________ đi làm.

정답

1 1–3 ở đâu 2 1–3 đang 3 1–3 nên

Tôi phải đổi tiền ở đâu?

어디에서 환전해야 해요?

phải+동사(~해야 한다), đổi tiền(환전하다) 뒤에 ở(~에서), đâu(어디)가 붙어 '어디에서 환전해야 해요?'의 의미를 나타냅니다.

A Tôi muốn đổi tiền. Tôi phải đổi tiền ở đâu?

B Bạn có thể đổi tiền ở tiệm vàng.

A Tiệm vàng ở đâu?

B Tiệm vàng ở đằng kia.

A 저는 환전하고 싶어요. 어디에서 환전해야 해요?

B 금은방에서 환전할 수 있어요.

A 금은방은 어디에 있어요?

B 금은방은 저쪽에 있어요.

muốn 원하다 **đổi tiền** 환전하다 **có thể+동사** ~할 수 있다 **tiệm vàng** 금은방 **đằng kia** 저쪽

핵심 표현
빈칸을 채우고 말하는 연습을 해보세요.

1 muốn ~를 원해요/~하고 싶어요

1 나는 금은방에 가고 싶어요.
Tôi ________ đi tiệm vàng.

2 나는 달러를 원해요.
Tôi ________ đô la.

3 나는 이것을 사기를 원해요.
Tôi ________ mua cái này.

2 phải+동사 ~해야 해요

1 나는 집에 가야 해요.
Tôi ________ về nhà.

2 나는 알아야 해요.
Tôi ________ biết.

3 오빠/형은 자야 해요.
Anh ________ ngủ.

3 có thể+동사 ~할 수 있어요

1 나는 이해할 수 있어요.
Tôi ________ hiểu.

2 나는 일할 수 있어요.
Tôi ________ làm.

3 당신은 나에게 물어볼 수 있어요.
Bạn ________ hỏi tôi.

1 1–3 muốn 2 1–3 phải 3 1–3 có thể

원어민 MP3와
저자 해설강의를 들어 보세요

011 ~ 020

Day 011 **Cho tôi đến sân bay.**
공항으로 가 주세요.

Day 012 **Cho tôi xuống đây.**
여기서 내려주세요.

Day 013 **Bạn ăn cơm chưa?**
식사하셨어요?

Day 014 **Bạn có thời gian không?**
시간 있어요?

Day 015 **Bị tắc đường.**
길이 막혀요.

Day 016 **Làm ơn nhanh lên một chút.**
좀 서둘러 주세요.

Day 017 **Chờ một chút!**
잠깐 기다리세요!

Day 018 **Tôi không muộn chứ?**
나 안 늦었죠?

Day 019 **Từ đây đến đó có xa không?**
여기서부터 거기까지 멀어요?

Day 020 **Cái này làm thế nào?**
이거 어떻게 해요?

Cho tôi đến sân bay.

공항으로 가 주세요.

cho(~하게 시키다, ~하게 하다), tôi(나) 뒤에 동사가 오게 되면 '내가 ~하게 해주세요'의 의미가 됩니다. đến(도착하다), sân bay(공항)이 뒤에 붙어 '공항으로 가 주세요'가 됩니다.

A Bạn đi đâu?

B Cho tôi đến sân bay.

A Ga quốc tế hay nội địa?

B **Quốc tế.**

A 어디 가세요?

B 공항으로 가 주세요.

A 국제선이요 아니면 국내선이요?

B 국제요.

đi 가다 **ga** 역, 정거장 **quốc tế** 국제 **A hay B?** A 아니면 B? **nội địa** 국내

핵심 표현

빈칸을 채우고 말하는 연습을 해보세요.

1 đi+장소 ~에 가다

1 나는 베트남에 가요.

Tôi ________ Việt Nam.

2 나는 공항에 가요.

Tôi ________ sân bay.

3 나는 시장에 가요.

Tôi ________ chợ.

2 Cho tôi+동사 내가 ~하게 해주세요

1 내가 알게 해주세요.

________ biết.

2 내가 보게 해주세요.

________ xem.

3 내가 묻게 해주세요.

________ hỏi.

3 A hay B? A 아니면 B?

1 이거요 아니면 저거요?

Cái này ________ cái kia?

2 가요 아니면 기다려요?

Đi ________ chờ?

3 맞아요 아니면 틀려요?

Đúng ________ sai?

정답

1 1–3 đi 2 1–3 Cho tôi 3 1–3 hay

Cho tôi xuống đây.

여기서 내려주세요.

cho(~하게 시키다, ~하게 하다), tôi(나) 뒤에 동사가 오게 되면 '내가 ~하게 해주세요'의 의미였죠. Cho tôi 뒤에 xuống(내리다), đây(여기)가 붙어 '여기서 내리게 해주세요' 즉 '여기서 내려주세요'의 의미가 됩니다.

A **Anh ơi! Cho tôi xuống đây.**

B **Xin lỗi nhưng không được.**

A **Tại sao không được?**

B **Vì đây là lối sang đường.**

A 저기요!(오빠/형뻘을 부를 때) 여기서 내려주세요.

B 죄송하지만 안 돼요.

A 왜 안 돼요?

B 왜냐하면 여기는 횡단보도이기 때문이에요.

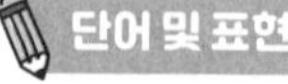

Xin lỗi 죄송합니다, 실례합니다 **được** 되다 **tại sao** 왜 **vì** 왜냐하면 **đây** 여기
lối sang đường 횡단보도

핵심 표현

빈칸을 채우고 말하는 연습을 해보세요.

1 Xin lỗi nhưng~ 죄송하지만 ~해요/실례지만 ~해요

1 죄송하지만 몰라요.

_____________ không biết.

2 실례지만 물어볼게요.

_____________ cho tôi hỏi.

3 죄송하지만 원하지 않아요.

_____________ không muốn.

2 Tại sao~? 왜 ~해요?

1 왜 오빠/형은 안 먹어요?

_________ anh không ăn?

2 왜 언니/누나는 바빠요?

_________ chị bận?

3 왜 동생은 슬퍼요?

_________ em buồn?

3 Vì~ 왜냐하면 ~하기 때문이에요

1 왜냐하면 나는 배부르기 때문이에요.

_________ tôi no.

2 왜냐하면 월요일이기 때문이에요.

_________ là thứ hai.

3 왜냐하면 나는 혼자 먹기 때문이에요.

_________ tôi ăn một mình.

정답

1 1–3 Xin lỗi nhưng 2 1–3 Tại sao 3 1–3 Vì

Bạn ăn cơm chưa?

식사하셨어요?

ăn(먹다), cơm(밥) 뒤에 chưa?(~했어?)를 붙여 '식사하셨어요?'의 의미입니다. chưa의 경우 동사 앞에 위치하면 '아직 ~안 했다'라는 부정의 의미로 바뀌게 됩니다. 긍정은 Rồi로 완료의 의미를 나타냅니다.

A Bạn ăn cơm chưa?

B **Rồi.** Tôi ăn cơm rồi. **Còn bạn?**

A Tôi chưa ăn cơm. **Đói quá!**

B **Bạn ăn cơm nhanh lên đi!**

A 식사하셨어요?

B 네. 저는 밥 먹었어요. 그러는 당신은요?

A 저는 아직 밥을 안 먹었어요. 너무 배고파요!

B 얼른 밥 먹어요!

đói 배고픈 **nhanh lên** 서두르다

핵심 표현
빈칸을 채우고 말하는 연습을 해보세요.

1 동사+chưa? ~했어요?

1 오빠/형은 결혼했어요?

Anh kết hôn ________?

2 동생은 숙제했어요?

Em làm bài tập ________?

3 언니/누나는 집에 갔어요?

Chị về nhà ________?

2 동사+rồi ~했어요

1 나는 결혼했어요.

Tôi kết hôn ________.

2 동생은 숙제했어요.

Em làm bài tập ________.

3 언니/누나는 집에 갔어요.

Chị về nhà ________.

3 chưa+동사 아직 안 했어요

1 나는 아직 결혼 안 했어요.

Tôi ________ kết hôn.

2 나는 숙제 아직 안 했어요.

Tôi ________ làm bài tập.

3 언니/누나는 아직 집에 안 갔어요.

Chị ________ về nhà.

정답

1 1–3 chưa 2 1–3 rồi 3 1–3 chưa

Bạn có thời gian không?

시간 있어요?

có는 뒤에 명사가 오면 '~가 있다'라는 동사의 의미예요. có(~가 있다), thời gian(시간) 뒤에 không이 붙어 '시간 있어요?'의 표현이 됩니다.

A Bạn có thời gian không?

B Tại sao?

A Tôi muốn đi uống cà phê hoặc trà với bạn.

B Ồ! Tốt quá!

A 시간 있어요?

B 왜요?

A 저는 당신과 커피나 차를 마시러 가고 싶어요.

B 오! 매우 좋죠!

uống 마시다 **cà phê** 커피 **hoặc** 혹은 **trà** 차 **với~** ~와 함께 **tốt** 좋은

핵심 표현

빈칸을 채우고 말하는 연습을 해보세요.

1 có+명사 ~가 있어요

1 나는 1만동이 있어요.

Tôi ________ 10.000 đồng.

2 나는 오토바이가 있어요.

Tôi ________ xe máy.

3 나는 여권이 있어요.

Tôi ________ hộ chiếu.

2 A hoặc B A 혹은 B

1 나는 강아지나 고양이를 원해요.

Tôi muốn con chó ________ con mèo.

2 나는 바다나 산에 가요.

Tôi đi biển ________ núi.

3 나는 여행 가거나 공부해요.

Tôi đi du lịch ________ học.

3 với~ ~와 함께

1 나는 친구와 여행 가요.

Tôi đi du lịch ________ bạn.

2 나는 가족과 살아요.

Tôi sống ________ gia đình.

3 나는 오빠/형과 가고 싶어요.

Tôi muốn đi ________ anh.

정답

1 1–3 **có** 2 1–3 **hoặc** 3 1–3 **với**

Bị tắc đường.

길이 막혀요.

부정적인 동사 앞에 위치하는 수동태 bị(~당하다, ~되다)가 동사 tắc đường(길이 막히다) 앞에 위치하여 길이 막힘을 표현할 수 있으며 남부에서는 bị kẹt xe를 주로 사용합니다.

A Trời ơi! Vẫn còn lâu lắm à?

B Giờ này bị tắc đường.

A Có lẽ là giờ cao điểm**.**

B Đúng rồi.

A 아이고! 아직도 오래 남았어요?

B 이 시간에 길이 막혀요.

A 아마도 러시아워인가 봐요.

B 맞아요.

vẫn 여전히 **còn** 남다 **lâu** 오래된 **giờ này** 이 시간대 **có lẽ** 아마도 **giờ cao điểm** 러시아워

핵심 표현

빈칸을 채우고 말하는 연습을 해보세요.

1 vẫn+동사/형용사 여전히 ~해요

1 언니/누나는 여전히 예뻐요.

Chị ________ đẹp.

2 나는 여전히 건강해요.(나는 여전히 잘 지내요.)

Tôi ________ khỏe.

3 오빠/형은 여전히 젊어요.

Anh ________ trẻ.

2 bị+동사 ~당하다

1 나는 꾸짖음을 당해요.

Tôi ________ mắng.

2 회사가 파산당했어요.

Công ty ________ phá sản.

3 나는 사기당했어요.

Tôi ________ lừa.

3 Có lẽ~ 아마도 ~인 것 같아요

1 아마도 길이 막히는 것 같아요.

________ bị tắc đường.

2 아마도 오늘 오빠/형은 바쁜 것 같아요.

________ hôm nay anh bận.

3 아마도 베트남어는 쉬운 것 같아요.

________ tiếng Việt dễ.

정답

1 1–3 vẫn 2 1–3 bị 3 1–3 Có lẽ

Làm ơn nhanh lên một chút.

좀 서둘러 주세요.

làm ơn(제발) 뒤에 동사가 붙어 '제발 ~해주세요', '~해주십시오'의 의미로 예의 있고 정중히 부탁하는 상황에서 사용됩니다. nhanh lên(서두르다), một chút(조금) 과 함께 쓰여 '좀 서둘러 주세요'로 표현합니다.

A **Làm ơn nhanh lên một chút.**

B **Xin lỗi. Bị tắc đường rồi.**

A **Tôi muộn mất rồi.**

B **OK. Tôi sẽ chạy nhanh.**

A 좀 서둘러 주세요.

B 죄송해요. 길이 막혀요.

A 저는 늦어버렸어요.

B 알겠어요. 빨리 운전할게요.

muộn 늦은 **sẽ+동사** ~할 것이다 **chạy** 운전하다 **nhanh** 빠른, 빨리

핵심 표현

빈칸을 채우고 말하는 연습을 해보세요.

1 Làm ơn+동사 ~해주십시오

1 사인해주십시오.

_________ ký tên.

2 복사해주십시오.

_________ photocopy.

3 쓰레기를 버려주십시오.

_________ bỏ rác.

2 ~mất rồi ~해버렸어요

1 나는 혼나버렸어요.

Tôi bị mắng _________.

2 나는 길을 잃어버렸어요.

Tôi bị lạc đường _________.

3 나는 잘못해버렸어요.

Tôi làm sai _________.

3 sẽ+동사 ~할 거예요

1 나는 여행 갈 거예요.

Tôi _________ đi du lịch.

2 택시가 올 거예요.

Tắc xi _________ đến.

3 우리는 이사할 거예요.

Chúng tôi _________ chuyển nhà.

정답

1 1–3 Làm ơn 2 1–3 mất rồi 3 1–3 sẽ

Chờ một chút!

잠깐 기다리세요!

chờ(기다리다)와 một chút(잠깐)이 결합되어 '잠깐 기다리세요!'의 의미로 사용합니다.

A Tôi ghé vào tiệm đổi tiền được không? Tôi cần đổi tiền.

B Được chứ.

A **Cảm ơn. Chờ một chút!**

B **OK.**

A 환전소에 들를 수 있어요? 저는 환전할 필요가 있어요.

B 되고 말고요.

A 감사합니다. 잠깐 기다리세요!

B 네.

단어 및 표현

ghé vào~ ~에 들르다 **tiệm đổi tiền** 환전소 **cần** 필요하다 **đổi tiền** 환전하다 **Cảm ơn** 감사해요

핵심 표현

빈칸을 채우고 말하는 연습을 해보세요.

1 ~được không? ~할 수 있어요?

1 오빠/형은 요리할 수 있어요?

Anh nấu ăn ____________?

2 언니/누나는 읽을 수 있어요?

Chị đọc ____________?

3 동생은 노래할 수 있어요?

Em hát ____________?

2 cần+동사 ~할 필요가 있어요

1 나는 바꿀 필요가 있어요.

Tôi ________ đổi.

2 나는 고칠 필요가 있어요.

Tôi ________ sửa.

3 나는 기다릴 필요가 있어요.

Tôi ________ chờ.

3 ~chứ ~하고 말고요

1 알고 말고요.

Biết ________.

2 되고 말고요.

Được ________.

3 가고 말고요.

Đi ________.

정답

1 1–3 được không 2 1–3 cần 3 1–3 chứ

Tôi không muộn chứ?

나 안 늦었죠?

~chứ?는 Day 17에서 살펴본 대로 '~하고 말고요'의 의미도 되지만 '~하죠?'의 의문의 의미도 나타냅니다. muộn(늦은)의 부정인 không muộn(안 늦다) 뒤에 chứ를 붙이는 경우 '안 늦고 말고요', '안 늦었죠?' 두 가지의 의미가 되는 것이죠.

A Mấy giờ rồi?

B 4 giờ 30 phút rồi.

A Tôi không muộn chứ?

B **Bạn muộn 30 phút rồi.**

A 몇 시 됐어요?

B 4시 30분 됐어요.

A 나 안 늦었죠?

B 당신은 30분 늦었어요.

mấy 몇 **giờ** 시 **phút** 분 **muộn** 늦은

핵심 표현
빈칸을 채우고 말하는 연습을 해보세요.

1 Mấy ~ rồi? 몇 ~ 됐어요?

1 몇 시간 됐어요?
________ tiếng ________?

2 몇 달 됐어요?
________ tháng ________?

3 몇 년 됐어요?
________ năm ________?

2 ~giờ ~phút rồi ~시 ~분 됐어요

1 10시 30분 됐어요.
10 ________ 30 ____________.

2 5시 23분 됐어요.
5 ________ 23 ____________.

3 1시 5분 됐어요.
1 ________ 5 ____________.

3 ~chứ? ~하죠?

1 맛있죠?
Ngon ________?

2 먹을 수 있죠?
Ăn được ________?

3 동의하죠?
Đồng ý ________?

정답

1 1–3 Mấy, rồi 2 1–3 giờ, phút rồi 3 1–3 chứ

Từ đây đến đó có xa không?

여기서부터 거기까지 멀어요?

từ~(~부터), đây(여기), đến~(~까지), đó(거기) 뒤에 xa(먼)의 의문문인 có xa không?(멀어요?)가 합쳐져 '여기서부터 거기까지 멀어요?'의 의미가 됩니다.

A **Tôi đang tìm chỗ này.** **Từ đây đến đó có xa không?**

B **Không xa lắm.**

A **Đi bộ được không?**

B **Được.**

A 나는 이곳을 찾고 있는 중이에요. 여기서부터 거기까지 멀어요?

B 별로 안 멀어요.

A 걸어갈 수 있어요?

B 돼요.

chỗ 곳 **đi bộ** 걷다

핵심 표현
빈칸을 채우고 말하는 연습을 해보세요.

1 Từ A đến B ~부터 ~까지

1 몇 시부터 몇 시까지요?

_________ mấy giờ _________ mấy giờ?

2 베트남부터 한국까지

_________ Việt Nam _________ Hàn Quốc

3 1층부터 3층까지

_________ tầng 1 _________ tầng 3

2 Không+형+lắm 별로 안 ~해요

1 별로 안 작아요.

_________ nhỏ _________.

2 별로 안 나빠요.

_________ xấu _________.

3 별로 안 무서워요.

_________ sợ _________.

3 ~được không? ~할 수 있어요?/~돼요?

1 깎을 수 있어요?

Giảm giá _________________?

2 당신은 천천히 말할 수 있어요?

Bạn nói từ từ _________________?

3 내가 봐도 돼요?

Tôi xem _________________?

정답

1 1–3 Từ, đến 2 1–3 Không, lắm 3 1–3 được không

Cái này làm thế nào?

이거 어떻게 해요?

cái này(이것), làm(하다), thế nào(어떻게)가 합쳐져 '이거 어떻게 해요?'라는 방법에 대해 묻는 표현이 됩니다.

A Bạn giúp tôi một chút được không?

B **Cái gì thế?**

A Cái này làm thế nào?

B Để tôi xem.

A 나 좀 잠깐 도와줄 수 있어요?

B 뭔데요?

A 이거 어떻게 해요?

B 내가 봐볼게요.

giúp 돕다 **một chút** 좀, 잠깐 **thế** 의문사 강조 **Để+사람+동사** 사람이 ~하게 하다

핵심 표현

빈칸을 채우고 말하는 연습을 해보세요.

1 ~một chút 잠깐 ~해요

1 잠깐 얘기해요.

Nói chuyện ________.

2 잠깐 쉬어요.

Nghỉ ________.

3 잠깐 봐요.

Xem ________.

2 Cái này+동사+thế nào? 이거 어떻게 ~해요?

1 이거 어떻게 만들어요?

________ làm ________?

2 이거 어떻게 먹어요?

________ ăn ________?

3 이거 어떻게 사용해요?

________ sử dụng ________?

làm은 호칭 '하다', '일하다', '만들다' 3가지의 뜻이 있어요.

3 Để tôi+동사 내가 ~할게요

1 내가 할게요.

________ làm.

2 내가 말할게요.

________ nói.

3 내가 받을게요.

________ nhận.

정답

1 1~3 một chút　2 1~3 Cái này, thế nào　3 1~3 Để tôi

원어민 MP3와
저자 해설강의를 들어 보세요

021 ~ 030

Còn phòng trống không?

빈방 남아 있어요?

còn(남아 있다), phòng(방), trống(빈) 뒤에 không이 붙어 '빈방 남아 있어요?', '빈방 있어요?'의 표현이 됩니다.

A Còn phòng trống không?

B **Còn.** Nhưng chỉ có phòng đơn thôi.

A Cũng được.

B **OK.**

A 빈방 남아 있어요?

B 남아 있어요. 그런데 싱글룸만 있어요.

A 괜찮아요.

B 네.

단어 및 표현

nhưng 그러나, 그런데 **chỉ ~ thôi** 단지 ~일 뿐이다 **có~** ~가 있다 **phòng đơn** 싱글룸
cũng được 그래도 된다, 괜찮다

핵심 표현

빈칸을 채우고 말하는 연습을 해보세요.

1 Còn+명사 ~가 남아 있어요

1 돈이 남아 있어요.

_________ tiền.

2 자리가 남아 있어요.

_________ chỗ.

3 표가 남아 있어요.

_________ vé.

2 nhưng 그런데, 그러나

1 나는 슬프지만 안 울어요.

Tôi buồn _________ không khóc.

2 나는 피곤하지만 일하러 가야 해요.

Tôi mệt _________ phải đi làm.

3 나는 외동이지만 외롭지 않아요.

Tôi là con một _________ không cô đơn.

3 cũng được 괜찮아요

1 가도 괜찮아요.

Đi _________.

2 먹어도 괜찮아요.

Ăn _________.

3 마셔도 괜찮아요.

Uống _________.

정답

1 1–3 Còn　2 1–3 nhưng　3 1–3 cũng được

Điều hòa(Máy lạnh) không hoạt động.

에어컨이 작동을 안 해요.

에어컨을 북부에서는 điều hòa, 남부에서는 máy lạnh이라고 하는데요. 에어컨이 고장 났거나 작동하지 않는 경우 hoạt động(활동하다)라는 단어를 부정으로 만들어 표현할 수 있습니다.

A Điều hòa(Máy lạnh) không hoạt động.

B Bạn mở lại đi!

A **Rồi mà...**

B **Trời ơi!** Chắc có vấn đề.

A 에어컨이 작동을 안 해.

B 다시 켜봐!

A 켰는데...

B 아이고! 아마 문제가 있는 것 같다.

mở 켜다, 열다 **chắc** 아마 ~인 것 같다 **vấn đề** 문제

핵심 표현

빈칸을 채우고 말하는 연습을 해보세요.

1 ~không hoạt động ~가 작동을 안 해요

1 냉장고가 작동을 안 해요.

Tủ lạnh ____________________.

2 컴퓨터가 작동을 안 해요.

Máy vi tính ____________________.

3 세탁기가 작동을 안 해요.

Máy giặt ____________________.

2 동사+lại 다시 ~해요

1 다시 꺼요.

Tắt ________.

2 다시 만나요.

Hẹn gặp ________.

3 다시 말해요.

Nói ________.

3 Chắc~ 아마 ~인 것 같아요

1 아마 에어컨이 없는 것 같아요.

________ không có điều hòa.

2 아마 그녀가 안 가는 것 같아요.

________ chị ấy không đi.

3 아마 아직 모르는 것 같아요.

________ chưa biết.

정답

1 1–3 không hoạt động 2 1–3 lại 3 1–3 Chắc

Cho tôi thực đơn.

메뉴 주세요.

Cho(주다), tôi(나) 뒤에 명사가 오게 되면 '~를 주세요'의 의미이죠? thực đơn(메뉴)을 합친 Cho tôi thực đơn은 '메뉴 주세요'라는 의미이며 thực đơn 대신 영어 menu를 사용하기도 합니다.

A **Em ơi!** Cho tôi thực đơn.

B Dạ, thực đơn đây ạ.

A **Ở đây có bún chả không?**

B Dạ, xin lỗi nhưng không có ạ.

A 저기요!(동생뻘을 부를 때) 메뉴 주세요.

B 메뉴 여기 있습니다.

A 여기에 분짜 있어요?

B 죄송하지만, 없습니다.

đây 여기 **Dạ ~ ạ** 예의를 갖추어 답변할 때 dạ는 맨 앞에, ạ는 맨 뒤에 사용

핵심 표현

빈칸을 채우고 말하는 연습을 해보세요.

1 Cho tôi+명사 ~ 주세요

1 이것을 주세요.

________ cái này.

2 10개 주세요.

________ 10 cái.

3 젓가락 주세요.

________ đôi đũa.

2 명사+đây ~ 여기 있어요

1 돈 여기 있어요.

Tiền ________.

2 숟가락 여기 있어요.

Thìa ________.

3 냅킨 여기 있어요.

Khăn giấy ________.

3 Dạ ~ ạ 예의를 갖추어 답변할 때 dạ는 맨 앞에, ạ는 맨 뒤에 사용

1 나는 베트남 음식을 좋아해요.

________, tôi thích món ăn Việt Nam ________.

2 냅킨 있어요.

________, có khăn giấy ________.

3 나는 배가 안 고파요.

________, tôi không đói ________.

정답

1 1–3 Cho tôi 2 1–3 đây 3 1–3 Dạ, ạ

Món nào ngon nhất?

어느 음식이 제일 맛있어요?

món(음식) 뒤에 의문사 nào(어느)가 붙어 '어느 음식?'이라는 의미가 됩니다. '어느 음식이 제일 맛있어요?'라고 물을 때는 món nào 뒤에 ngon(맛있는), nhất(제일, 가장)을 붙여 표현합니다.

A Ở đây có món nhiều lắm!

B **Dạ, đúng rồi ạ.**

A Món nào ngon nhất?

B Phở ngon nhất.

A 여기에 음식이 정말 많이 있네요!

B 맞습니다.

A 어느 음식이 제일 맛있어요?

B 쌀국수가 제일 맛있어요.

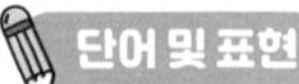

nhiều 많이, 많은 **món** 음식 **đúng** 맞은 **phở** 쌀국수

핵심 표현
빈칸을 채우고 말하는 연습을 해보세요.

1 Có+명사+nhiều lắm! ~가 정말 많아요!

1 과일이 정말 많아요!
_______ trái cây ___________!

2 사람이 정말 많아요!
_______ người ___________!

3 식당이 정말 많아요!
_______ quán ăn ___________!

2 명사+nào? 어느 ~요?

1 어느 나라요?
Nước _______?

2 어느 것이요?
Cái _______?

3 어느 종류요?
Loại _______?

3 형용사+nhất 제일 ~해요

1 제일 매워요.
Cay _______.

2 제일 유명해요.
Nổi tiếng _______.

3 제일 붐벼요.
Đông _______.

정답

1 1–3 Có, nhiều lắm 2 1–3 nào 3 1–3 nhất

Cho thêm cái này nữa.

이거 더 주세요.

cho(주다), thêm(더하다), cái này(이것), nữa(더)가 합쳐져 '이거 더 주세요'의 의미가 됩니다.

A **Em ơi! Cho thêm cái này nữa.**

B **Vâng. Làm ơn chờ một chút.**

(một lát sau)

Xin lỗi. Hết cái đó rồi.

A 저기요!(동생뻘을 부를 때) 이거 더 주세요.

B 네. 잠시만 기다려주십시오.

(잠시 후)

죄송합니다. 그거 다 떨어졌어요.

làm ơn+동사 ~해주십시오 **một lát** 잠시 **sau** 후 **cái đó** 그것 **hết** 다 떨어지다

핵심 표현
빈칸을 채우고 말하는 연습을 해보세요.

1 Cho thêm+명사 ~ 더 주세요

1 야채 더 주세요.
________ rau.

2 소스 더 주세요.
________ sốt.

3 숙주 더 주세요.
________ giá.

2 ~nữa 더 ~해요/~ 더요

1 더 가요.
Đi ________.

2 더 먹어요.
Ăn ________.

3 이거 더요.
Cái này ________.

3 Hết+명사+rồi ~가 다 떨어졌어요

1 이 음식이 다 떨어졌어요.
________ món này ________.

2 고추가 다 떨어졌어요.
________ ớt ________.

3 돈이 다 떨어졌어요.
________ tiền ________.

정답

1 1–3 Cho thêm 2 1–3 nữa 3 1–3 Hết, rồi

Hãy dùng nhiều vào.

많이 드세요.

hãy(~하세요), dùng(드시다), nhiều(많이), vào(들어가다)가 합쳐져 '많이 드세요'의 표현이 됩니다. hãy는 동사 앞에 붙어 '~하세요'의 의미이며 dùng은 '드시다' 외 '사용하다'의 의미도 있다는 점을 참고해주세요.

A Nhìn ngon quá!

B Hãy dùng nhiều vào.

A Xin cảm ơn vì đã mời tôi.

B **Không có gì.**

A 너무 맛있어 보여요!

B 많이 드세요.

A 저를 대접해주셔서 감사합니다.

B 천만에요.

단어 및 표현

nhìn 보다, 보이다 **ngon** 맛있는 **vì~** ~하기 때문에 **đã+동사** ~했다(과거 시제)
mời 대접하다, 초대하다 **Không có gì** 천만에요

핵심 표현

빈칸을 채우고 말하는 연습을 해보세요.

1 Nhìn+형용사 ~해 보여요

1 예뻐 보여요.

________ đẹp.

2 피곤해 보여요.

________ mệt.

3 젊어 보여요.

________ trẻ trung.

2 Hãy+동사 ~하세요

1 잠깐 기다리세요.

________ chờ một chút.

2 가져가세요.

________ lấy.

3 대답하세요.

________ trả lời.

3 Xin cảm ơn vì~ ~해서 감사해요

1 도와주셔서 감사해요.

________________ đã giúp.

2 추가해주셔서 감사해요.

________________ đã thêm.

3 칭찬해주셔서 감사해요.

________________ đã khen.

정답

1 1–3 Nhìn 2 1–3 Hãy 3 1–3 Xin cảm ơn vì

Rất ngon.

매우 맛있어요.

rất(매우), ngon(맛있는)은 '매우 맛있어요'라는 표현입니다. 이와 같이 rất 뒤에 형용사가 붙어 '매우 ~해요'의 의미를 나타냅니다.

A **Bạn ăn được không?**

B **Vâng. Rất ngon.**

A **Bạn ăn thêm nữa đi. À! Bạn cũng ăn thử món này đi.**

B **Vâng vâng, cảm ơn.**

A 먹을 만해요?

B 네. 매우 맛있어요.

A 더 드세요. 아! 이 음식도 한번 먹어보세요.

B 네네, 감사해요.

동사+thêm 더 ~하다 **동사+thử** 한번 ~해보다 **món** 음식

핵심 표현

빈칸을 채우고 말하는 연습을 해보세요.

1 Rất+형용사 매우 ~해요

1 매우 달아요.

_________ ngọt.

2 매우 짜요.

_________ mặn.

3 매우 매워요.

_________ cay.

2 동사+thêm nữa đi 더 ~하세요

1 더 주문하세요.

Gọi _____________.

2 더 마시세요.

Uống _____________.

3 더 주세요.

Cho _____________.

3 동사+thử đi 한번 ~해 보세요

1 한번 봐보세요.

Xem _________.

2 한번 마셔보세요.

Uống _________.

3 한번 해보세요.

Làm _________.

정답

1 1–3 Rất 2 1–3 thêm nữa đi 3 1–3 thử đi

Tôi sẽ mang về.

가지고 갈 거예요.

mang(가지고 가다), về(돌아가다)가 붙어 '가지고 가다', 즉 '테이크아웃하다'라는 의미가 됩니다. 미래 시제 sẽ(~할 것이다)와 함께 사용하여 '가지고 갈 거예요'의 표현이 됩니다.

A **Bạn sẽ mua gì?**

B Cho tôi 1 cốc cà phê đá.

A Bạn uống ở đây hay mang về?

B Tôi sẽ mang về.

A 뭐 사실 거예요?

B 아이스커피 한 잔 주세요.

A 여기서 마실 거예요 아니면 가지고 가실 거예요?

B 가지고 갈 거예요.

mua 사다 **gì** 무엇 **cốc** 잔(남부에서는 ly) **cà phê đá** 아이스커피 **uống** 마시다
A hay B? A인가요 아니면 B인가요?

핵심 표현

빈칸을 채우고 말하는 연습을 해보세요.

1 Cho tôi 1+단위명사+명사 명사 1 단위명사 주세요

1 커피 한 잔 주세요.

_________ 1 cốc cà phê.

2 쌀국수 한 그릇 주세요.

_________ 1 bát phở.

3 맥주 한 병 주세요.

_________ 1 chai bia.

2 동사+ở đây 여기에서 ~해요

1 나는 여기에서 살아요.

Tôi sống _________.

2 우리는 여기에서 쉬어요.

Chúng ta nghỉ _________.

3 나는 여기에서 사요.

Tôi mua _________.

3 mang về 가지고 가요

1 오빠/형은 가지고 갈 거예요?

Anh sẽ ____________ không?

2 내가 가지고 가도 돼요?

Tôi ____________ được không?

3 나는 가지고 가고 싶어요.

Tôi muốn ____________.

정답

1 1–3 Cho tôi 2 1–3 ở đây 3 1–3 mang về

Cạn ly!

건배해요!

cạn(비우다), ly(잔)이 합쳐져 '잔을 비우다', 즉 '건배하다'라는 의미가 됩니다. 비슷한 의미로 Một hai ba dô!도 '건배'의 의미로 많이 사용됩니다.

A **Hôm nay vui quá! Cạn ly!**

B **Một hai ba dô!** Chúc sức khỏe!

A Tối nay không say không về.

B **Trời ơi!** Tôi không uống được nhiều rượu.

A 오늘 너무 즐거워요! 건배해요!

B 건배! 건강을 빕니다!

A 오늘 저녁 안 취하면 집에 안 가요.

B 아이고! 나는 술을 많이 마실 수 없어요.

hôm nay 오늘 **vui** 즐거운 **chúc** 빌다 **sức khỏe** 건강 **tối nay** 오늘 저녁 **say** 취한 **về** 집에 가다 **rượu** 술 **nhiều** 많이

핵심 표현

빈칸을 채우고 말하는 연습을 해보세요.

1 Chúc~ ~를 빌어요

1 행운을 빌어요.

_________ may mắn.

2 성공을 빌어요.

_________ thành công.

3 즐거움을 빌어요.

_________ vui vẻ.

2 시간대+nay 오늘 ~

1 오늘 아침

Sáng _________

2 오늘 점심

Trưa _________

3 오늘 오후

Chiều _________

3 không ~ được ~할 수 없어요

1 나는 먹을 수 없어요.

Tôi _________ ăn _________.

2 나는 놀 수 없어요.

Tôi _________ chơi _________.

3 나는 이해할 수 없어요.

Tôi _________ hiểu _________.

정답

1 1–3 Chúc 2 1–3 nay 3 1–3 không, được

Tôi muốn mua thuốc cảm.

나는 감기약을 사고 싶어요.

muốn(원하다), mua(사다), thuốc cảm(감기약)이 합쳐져 '감기약을 사고 싶어요'의 표현이 됩니다.

A Tôi có thể giúp gì cho bạn?

B **Tôi muốn mua thuốc cảm.**

A Ai sẽ uống thuốc? **Bạn à?**

B **Đúng rồi.**

A 당신을 위해 무엇을 도와드릴까요?

B 나는 감기약을 사고 싶어요.

A 누가 약을 먹을 거죠? 당신인가요?

B 맞습니다.

giúp 돕다 **cho~** ~를 위해 **uống thuốc** 약을 먹다 **~à?** ~인가요?

핵심 표현
빈칸을 채우고 말하는 연습을 해보세요.

1 cho~ ~를 위해

1 나는 오빠/형을 위해 요리해요.
Tôi nấu ăn ________ anh.

2 나는 미래를 위해 노력해요.
Tôi cố gắng ________ tương lai.

3 나는 건강을 위해 약을 먹어요.
Tôi uống thuốc ________ sức khỏe.

2 Ai+동사 누가 ~해요?

1 누가 약을 가져가요?
________ lấy thuốc?

2 누가 감기 걸렸어요?
________ bị cảm?

3 누가 나를 도와줘요?
________ giúp tôi?

3 uống thuốc 약을 먹어요

1 나는 무슨 약을 먹어요?
Tôi ____________ nào?

2 오빠/형은 약 먹었어요?
Anh ____________ chưa?

3 나는 약을 먹었어요.
Tôi ____________ rồi.

정답

1 1–3 cho 2 1–3 Ai 3 1–3 uống thuốc

원어민 MP3와
저자 해설강의를 들어 보세요

031 ~ 040

Tôi đau ở đây.

여기가 아파요.

특정 부위가 아플 때 특정 부위를 가리키며 đau(아픈), ở(~에), đây(여기)를 합쳐 '여기가 아파요'의 표현을 사용할 수 있습니다.

A **Bạn đau ở đâu?**

B **Tôi đau ở đây. Tôi đau chết đi được.**

A **Chỗ này thì sao?**

B **Đau quá!**

A 어디가 아파요?

B 여기가 아파요. 아파 죽겠어요.

A 이곳은 어때요?

B 너무 아파요!

~chết đi được ~해 죽겠다 **chỗ** 곳 **~thì sao?** ~는 어때요?(다른 대상과 비교하여 물어볼 때 사용)

핵심 표현
빈칸을 채우고 말하는 연습을 해보세요.

1 Đau~ ~가 아파요

1 머리가 아파요.

_________ đầu.

2 배가 아파요.

_________ bụng.

3 발이 아파요.

_________ chân.

2 ~chết đi được ~해 죽겠어요

1 간지러워 죽겠어요.

Ngứa _______________.

2 불편해 죽겠어요.

Khó chịu _______________.

3 어지러워 죽겠어요.

Chóng mặt _______________.

3 ~thì sao? ~는 어때요?(다른 대상과 비교하여 물어볼 때 사용)

1 머리는 어때요?

Đầu _________?

2 배는 어때요?

Bụng _________?

3 이 약은 어때요?

Thuốc này _________?

정답

1 1–3 Đau 2 1–3 chết đi được 3 1–3 thì sao

Tôi sẽ liên lạc với bạn nhé!

연락할게요!

liên lạc(연락하다), với~(~에게), bạn(당신), nhé(~할게요)가 합쳐져 '연락할게요'의 표현이 됩니다.

A Lâu quá không gặp. **Bạn vẫn khỏe chứ?**

B **Lâu quá không gặp. Tôi vẫn khỏe. Chị đi đâu đấy?**

A Tôi đang đi làm. Tôi sẽ liên lạc với bạn nhé!

B **Vâng. Hẹn gặp lại.**

A 오랜만이에요. 여전히 건강하시죠?

B 오랜만이에요. 저는 여전히 잘 지내요. 어디 가세요?

A 저는 일하러 가는 중이에요. 연락할게요!

B 네. 또 만나요.

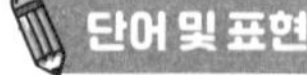

lâu 오래된 **gặp** 만나다 **vẫn** 여전히 **khỏe** 건강한 **Hẹn gặp lại** 또 만나요

핵심 표현

빈칸을 채우고 말하는 연습을 해보세요.

1 Lâu quá không~ ~안 한 지 너무 오래됐어요

1 일 안 한 지 너무 오래됐어요.

________ làm.

2 대화 안 한 지 너무 오래됐어요.

________ nói chuyện.

3 영화 안 본 지 너무 오래됐어요.

________ xem phim.

2 đi+동사 ~하러 가요

1 나는 쇼핑하러 가요.

Tôi ________ mua sắm.

2 나는 친구를 만나러 가요.

Tôi ________ gặp bạn.

3 나는 베트남어를 공부하러 가요.

Tôi ________ học tiếng Việt.

3 liên lạc với~ ~에게 연락하다

1 나는 오빠/형에게 연락하고 싶어요.

Tôi muốn ________ anh.

2 당신은 나에게 연락할 수 있어요.

Bạn ________ tôi được.

3 회사에 연락했어요?

Bạn ________ công ty chưa?

정답

1 1–3 Lâu quá không 2 1–3 đi 3 1–3 liên lạc với

Đến nơi thì gọi điện nhé!

도착하면 전화하세요!

đến(도착하다), nơi(장소), thì(~하면), gọi điện(전화하다), nhé(~하세요)가 합쳐져 '도착하면 전화하세요'의 의미가 됩니다.

A Bạn sắp đến chưa?

B Sắp đến rồi.

A Đến nơi thì gọi điện nhé!

B **Vâng.**

A 다 왔어요?(곧 도착해요?)

B 다 왔어요.(곧 도착해요.)

A 도착하면 전화하세요!

B 네.

sắp+동사 곧 ~할 것이다(근접 미래 시제) **đến** 도착하다

핵심 표현

빈칸을 채우고 말하는 연습을 해보세요.

1 Sắp+동사+chưa? 곧 ~해요?

1 곧 끝나요?

_________ xong _________?

2 곧 출발해요?

_________ khởi hành _________?

3 곧 시작해요?

_________ bắt đầu _________?

2 Sắp+동사+rồi 곧 ~해요

1 곧 끝나요.

_________ xong _________.

2 곧 출발해요.

_________ khởi hành _________.

3 곧 시작해요.

_________ bắt đầu _________.

3 ~thì ~nhé! ~하면 ~하세요!

1 끝나면 전화하세요!

Xong _________ gọi điện _________!

2 일어나면 전화하세요!

Thức dậy _________ gọi điện _________!

3 도착하면 연락하세요!

Đến _________ liên lạc _________!

정답

1 1–3 Sắp, chưa 2 1–3 Sắp, rồi 3 1–3 thì, nhé

Đừng nói dối ạ.

거짓말하지 마요.

Đừng~(~하지 마), nói dối(거짓말하다), ạ(예의를 갖추는 말)이 합쳐져 '거짓말하지 마요'의 표현이 됩니다.

A Cả ngày anh chỉ nghĩ về em thôi.

B Đừng nói dối ạ.

A **Thật mà...** Anh không bao giờ nói dối.

B **OK. Em tin anh.**

A 하루 종일 오빠는 너 생각만 해.

B 거짓말하지 마요.

A 진짜데... 오빠는 전혀 거짓말하지 않아.

B 알겠어요. 오빠를 믿어요.

cả ngày 하루 종일 **nghĩ về~** ~에 대해 생각하다 **thật** 진짜의 **không bao giờ~** 전혀 ~ 안 하다 **tin** 믿다

핵심 표현

빈칸을 채우고 말하는 연습을 해보세요.

1 Cả+시간 명사 ~ 내내

1 일주일 내내

_________ tuần

2 주말 내내

_________ cuối tuần

3 일 년 내내

_________ năm

2 nói dối 거짓말하다

1 왜 거짓말해요?

Tại sao _________?

2 오빠/형은 거짓말하고 있는 건가요?

Anh đang _________ phải không?

3 나는 거짓말을 싫어해요.

Tôi ghét _________.

3 không bao giờ~ 전혀 ~ 안 해요

1 나는 전혀 술을 안 마셔요.

Tôi _____________ uống rượu.

2 나는 전혀 커피를 안 마셔요.

Tôi _____________ uống cà phê.

3 나는 전혀 지각 안 해요.

Tôi _____________ đến muộn.

정답

1 1–3 Cả 2 1–3 nói dối 3 1–3 không bao giờ

Cắt tóc giúp tôi nhé.

머리 깎아주세요.

cắt(자르다), tóc(머리카락) 뒤에 giúp tôi(나를 돕다), nhé(~하세요)가 붙어 '머리 깎아주세요' 혹은 '머리 잘라주세요'의 표현이 됩니다. nhé는 문장 끝에 붙어 가벼운 명령의 의미를 나타냅니다.

A Cắt tóc giúp tôi nhé.

B **Bạn muốn cắt tóc thế nào?**

A Tôi muốn cắc tóc giống như trong ảnh.

B **Vâng.** Bạn gọi đầu trước nhé.

A 머리 깎아주세요.

B 어떻게 깎길 원하세요?

A 사진에 있는 것처럼 깎고 싶어요.

B 네. 머리 먼저 감을게요.

giống như~ ~와 같다 **trong** 안 **ảnh** 사진 **gọi đầu** 머리 감다 **동사+trước** 먼저 ~하다

핵심 표현

빈칸을 채우고 말하는 연습을 해보세요.

1 동사+nhé ~하세요

1 집에 가세요.

Bạn về nhà ________.

2 나에게 전화하세요.

Bạn gọi điện cho tôi ________.

3 밥 먹으러 가세요.

Bạn đi ăn cơm ________.

2 giống như~ ~와 같아요

1 이것은 저것과 같아요.

Cái này __________ cái kia.

2 내 아들은 나와 같아요.

Con trai tôi __________ tôi.

3 이 스타일은 저 스타일과 같아요.

Kiểu này __________ kiểu kia.

3 동사+trước 먼저 ~해요

1 나는 먼저 집에 가요.

Tôi về nhà ________.

2 나는 먼저 자러 가요.

Tôi đi ngủ ________.

3 당신 먼저 먹어요!

Bạn ăn ________ nhé!

정답

1 1–3 nhé 2 1–3 giống như 3 1–3 trước

Bạn làm mát xa mạnh hơn được không?

마사지 더 세게 해줄 수 있어요?

làm(하다), mát xa(마사지), mạnh(강한), hơn(더), được không?(가능해요?)가 합쳐져 '마사지 더 세게 해줄 수 있어요?'라는 의미가 됩니다. '형용사+hơn'은 '더 ~한'의 의미로 우등 비교의 의미를 나타냅니다.

A Bạn làm mát xa mạnh hơn được không?

B **Được.** Không đau à?

A **Không sao.**

B Làm như vậy thì được không?

A **Vâng.**

A 마사지 더 세게 해줄 수 있어요?

B 돼요. 안 아프세요?

A 괜찮아요.

B 이렇게 하면 돼요?

A 네.

đau 아픈 **như vậy** 이러한, 이렇게

핵심 표현
빈칸을 채우고 말하는 연습을 해보세요.

1 형+hơn 더 ~해요

1 더 약해요.
Nhẹ ________.

2 더 좋아요.
Tốt ________.

3 더 잘해요.
Giỏi ________.

2 không ~ à? 안 ~해요?/~안 해요?

1 안 세요?
________ mạnh ________?

2 마사지 안 해요?
________ làm mát xa ________?

3 이렇게 안 해요?
________ làm như vậy ________?

3 Làm như vậy thì~ 이렇게 하면 ~해요

1 이렇게 하면 안 돼요.
________________ không được.

2 이렇게 하면 좋아요?
________________ tốt không?

3 이렇게 하면 매우 좋아요.
________________ rất tốt.

정답

1 1–3 hơn 2 1–3 Không, à 3 1–3 Làm như vậy thì

Tôi hút thuốc được không?

담배 피워도 되나요?

담배는 thuốc(약), lá(잎)이지만 hút(흡입하다)과 합쳐서 사용하는 경우 lá를 뺀 hút thuốc으로 사용합니다. hút thuốc(담배 피우다), được không?(가능해요?)가 결합하여 '담배 피워도 되나요?'의 의미를 나타냅니다.

A **Xin lỗi. Tôi hút thuốc được không?**

B **Bạn không được hút thuốc ở đây.**

A **Thế thì tôi có thể hút thuốc ở đâu vậy?**

B **Đằng kia.**

A 실례합니다. 담배 피워도 되나요?

B 여기에서 담배 피워선 안 돼요.

A 그러면 어디에서 담배 피울 수 있어요?

B 저쪽이요.

không được+동사 ~하면 안 된다 **có thể+동사** ~할 수 있다 **의문사+vậy** 의문사 강조 **đằng** 쪽 **kia** 저

핵심 표현

빈칸을 채우고 말하는 연습을 해보세요.

1 Không được+동사 ~하면 안 돼요

1 자면 안 돼요.

_____________ ngủ.

2 술 마시면 안 돼요.

_____________ uống rượu.

3 말하면 안 돼요.

_____________ nói.

2 의문사+vậy? 의문사 강조

1 왜요?

Tại sao _________?

2 뭔데요?

Cái gì _________?

3 누구요?

Ai _________?

3 Đằng~ ~쪽

1 뒤쪽

_________ sau

2 앞쪽

_________ trước

3 어느 쪽이요?

_________ nào?

정답

1 1–3 Không được 2 1–3 vậy 3 1–3 Đằng

Khi nào đi?

언제 떠나요?

의문사 khi nào와 bao giờ는 '언제'의 의미로 문장 맨 앞에 위치하면 '언제 ~해요?'라는 미래에 대해 묻는 의미를 나타냅니다. khi nào(언제), đi(가다)가 합쳐져 '언제 가요?', 즉 '언제 떠나요?'의 의미가 됩니다.

A Khi nào đi?

B 10 phút sau.

A **Trời ơi! Chỉ có tí thời gian thôi.**

B **Đúng.** Không kịp thời gian.

A 언제 떠나요?

B 10분 후에요.

A 아이고! 시간이 조금 밖에 없어요.

B 맞아요. 시간이 촉박해요.

phút 분 **sau** 후 **tí** 조금 **thời gian** 시간 **kịp thời gian** 시간 안에 닿다

핵심 표현

빈칸을 채우고 말하는 연습을 해보세요.

1 Khi nào~?/Bao giờ~? 언제 ~해요?

1 언제 도착해요?

_________ đến?

2 언제 공부가 끝나요?

_________ học xong?

3 언제 휴가 가요?

_________ đi nghỉ mát?

2 시간+sau ~ 후

1 3시간 후

3 tiếng _________

2 4달 후

4 tháng _________

3 2년 후

2 năm _________

3 kịp thời gian 시간 안에 닿다

1 시간 안에 닿나요?

_____________ không?

2 시간 안에 닿을 수 없을 것 같아요.

Có lẽ không_____________ được.

3 지금 시간이 촉박해요.

Bây giờ không_____________.

정답

1 1–3 Khi nào/Bao giờ 2 1–3 sau 3 1–3 kịp thời gian

Hãy đi cẩn thận nhé!

조심히 가세요!

hãy(~하세요), đi(가다), cẩn thận(조심스러운), nhé(~하세요)가 합쳐져 '조심히 가세요!'의 표현이 됩니다.

A Hôm nay tôi phải đi bằng xe máy.

B **Ôi!** Bạn chưa quen với xe máy mà.

A Dạ, tôi cũng hơi sợ.

B **Hãy đi cẩn thận nhé!**

A 오늘 나는 오토바이로 가야 해요.

B 의! 당신은 아직 오토바이에 익숙하지 않잖아요.

A 네, 저도 약간 무서워요.

B 조심히 가세요!

hôm nay 오늘 **bằng+수단** ~로 **xe máy** 오토바이 **quen với~** ~에 익숙하다
hơi+형용사 약간 ~한 **sợ** 무서운

핵심 표현

빈칸을 채우고 말하는 연습을 해보세요.

1 bằng+수단 ~로

1 버스로 가요.

Đi ________ xe buýt.

2 택시로 가요.

Đi ________ tắc xi.

3 젓가락으로 먹어요.

Ăn ________ đũa.

2 quen với~ ~에 익숙해요

1 나는 날씨에 아직 익숙하지 않아요.(나는 날씨에 아직 적응 못 했어요.)

Tôi chưa ________ thời tiết.

2 나는 베트남 음식에 익숙해요.

Tôi ________ món ăn Việt Nam.

3 나는 베트남 생활에 익숙해요.

Tôi ________ cuộc sống Việt Nam.

3 hơi+형용사 약간 ~해요

1 나는 약간 슬퍼요.

Tôi ________ buồn.

2 날씨가 약간 더워요.

Thời tiết ________ nóng.

3 오토바이는 약간 위험해요.

Xe máy ________ nguy hiểm.

정답

1 1–3 bằng 2 1–3 quen với 3 1–3 hơi

Lối ra ở đâu?

출구가 어딨어요?

lối ra(출구) 뒤에 ở(~에 있다), đâu(어디)가 붙어 출구의 위치를 물어보는 표현이 됩니다.

A **Lối ra ở đâu?**

B **Ở phía trước kia.**

A **Nếu đi ra thì không được vào lại à?**

B **Không được.**

A 출구가 어딨어요?

B 저기 앞쪽에 있어요.

A 만약 나가면 다시 못 들어오죠?

B 안 돼요.(못 들어와요.)

phía 쪽 **trước** 앞 **kia** 저 **nếu A thì B** 만일 A하면 B하다 **đi ra** 밖으로 나가다 **vào** 들어오다

핵심 표현

빈칸을 채우고 말하는 연습을 해보세요.

1 Lối~ ~구(口), ~길

1 입구가 어디에 있어요?

_________ vào ở đâu?

2 비상구가 어디에 있어요?

_________ thoát hiểm ở đâu?

3 지름길이 어디에 있어요?

_________ tắt ở đâu?

2 Phía+방향 전치사 ~쪽

1 뒤쪽

_________ sau

2 위쪽

_________ trên

3 아래쪽

_________ dưới

3 Nếu A thì B 만일 A하면 B해요

1 만일 배고프면 먹어요.

_________ đói _________ ăn.

2 만일 도착하면 들어오세요.

_________ đến _________ vào nhé.

3 만일 일어나면 밖으로 나가세요.

_________ thức dậy _________ đi ra nhé.

정답

1 1–3 Lối 2 1–3 Phía 3 1–3 Nếu, thì

원어민 MP3와
저자 해설강의를 들어 보세요

041 ~ 050

Day 041 **Nhắc lại lần nữa đi ạ.**
다시 한번 말해주세요.

Day 042 **Giúp tôi với!**
도와주세요!

Day 043 **Suýt nữa thì tôi bị giật đồ.**
소매치기를 당할 뻔했어요.

Day 044 **Tôi đến Việt Nam để làm việc.**
베트남에 일하러 왔어요.

Day 045 **Bây giờ chúng ta đi đâu đấy?**
우리 지금 어디 가요?

Day 046 **Chúc mừng sinh nhật!**
생일 축하해요!

Day 047 **Chúc mừng năm mới!**
새해 복 많이 받으세요!

Day 048 **Cùng chụp ảnh nào!**
같이 사진 찍어요!

Day 049 **Chúc phát tài!**
부자 되세요!

Day 050 **Ở gần đây có cửa hàng tiện lợi không?**
이 근처에 편의점이 있어요?

Nhắc lại lần nữa đi ạ.

다시 한번 말해주세요.

nhắc lại(반복하다), lần(회, 번), nữa(더), đi(~해라), ạ(예의를 갖추는 말)이 합쳐져 '다시 한번 말해주세요'의 표현이 됩니다.

A Em cứ đi thẳng nhé!

B Thưa cô, nhắc lại lần nữa đi ạ.

A **Em cứ đi thẳng nhé!**

B **À, vâng.**

A 계속 직진하세요!

B 저기요(여자 선생님/아줌마뻘을 예의 있게 부를 때), 다시 한번 말해주세요.

A 계속 직진하세요!

B 아, 네.

cứ+동사 계속 ~하다(다른 상황에 개의치 않고 계속 진행한다는 의미) **đi thẳng** 직진하다
Thưa+인칭 상대방을 높여 부를 때 사용(인칭+ơi 보다 예의 있는 표현)

핵심 표현

빈칸을 채우고 말하는 연습을 해보세요.

1 Cứ+동사+nhé! (개의치 말고) 계속 ~하세요!

1 계속 말하세요!

________ nói ________!

2 계속하세요!

________ làm ________!

3 계속 물어보세요!

________ hỏi ________!

2 Thưa+인칭 상대방을 높여 부를 때 사용

1 (남자) 선생님!

________ thầy!

2 할머니!

________ bà!

3 할아버지!

________ ông!

3 ~lần nữa đi ạ 다시 한번 ~하세요

1 다시 한번 말하세요.

Nói ______________.

2 다시 한번 물으세요.

Hỏi ______________.

3 다시 한번 하세요.

Làm ______________.

정답

1 1–3 Cứ, nhé 2 1–3 Thưa 3 1–3 lần nữa đi ạ

Giúp tôi với!

도와주세요!

giúp(돕다), tôi(나), với(문장 끝에 붙여 간청하는 말)이 합쳐져 '도와주세요'라는 의미가 됩니다.

A **Giúp tôi với!**

B **Tiếng gì vậy?**

C **Hình như ai đó đang kêu giúp.**

B **Đi đi!**

A 도와주세요!

B 무슨 소리지?

C 아마 누가 도와달라고 하고 있는 것 같아.

B 가자!

tiếng 소리 **Hình như~** ~인 것 같다 **ai đó** 누군가 **kêu** 부르다 **동사+đi** ~하자; ~해라

핵심 표현

빈칸을 채우고 말하는 연습을 해보세요.

1 명사+gì vậy? 무슨 ~죠?

1 무슨 음식이죠?

Món ________?

2 무슨 일이죠?

Chuyện ________?

3 무슨 책이죠?

Sách ________?

2 Hình như~ ~인 것 같아요

1 그 언니/누나가 집에 간 것 같아요

__________ chị ấy về nhà rồi.

2 오늘은 쉬는 것 같아요.

__________ hôm nay nghỉ.

3 그들은 슬픈 것 같아요.

__________ họ buồn.

3 Ai đó~ 누군가 ~해요

1 누군가 올 거예요.

________ sẽ đến.

2 누군가 노래하고 있는 중이에요.

________ đang hát.

3 누군가 기다리고 있는 중이에요.

________ đang chờ.

정답

1 1–3 gì vậy 2 1–3 Hình như 3 1–3 Ai đó

Suýt nữa thì tôi bị giật đồ.

소매치기를 당할 뻔했어요.

suýt nữa thì~(하마터면 ~할 뻔했다), bị giật đồ(소매치기를 당하다)가 결합하여 '소매치기를 당할 뻔했어요'의 의미를 나타냅니다.

A Trời ơi là trời!

B Có chuyện gì thế?

A Suýt nữa thì tôi bị giật đồ.

B Bạn cẩn thận túi xách nhé!

A 아이고 세상에!

B 무슨 일이죠?

A 소매치기를 당할 뻔했어요.

B 가방 조심하세요!

chuyện 일, 이야기 **의문사+thế** 의문사 강조 **cẩn thận** 조심성 있는 **túi xách** 가방

핵심 표현

빈칸을 채우고 말하는 연습을 해보세요.

1 ~ơi là~ ~의 상태를 강조하고 싶을 때 사용

1 정말 너무 예뻐요.

Đẹp ________ đẹp.

2 정말 너무 슬퍼요.

Buồn ________ buồn.

3 진짜 너무 어려워요.

Khó ________ khó.

2 Có+명사+gì thế? 무슨 ~가 있어요?

1 무슨 사건이 있어요?

________ sự kiện ________?

2 무슨 장점이 있어요?

________ ưu điểm ________?

3 무슨 파티가 있어요?

________ tiệc ________?

3 Suýt nữa thì~ 하마터면 ~할 뻔했어요

1 하마터면 넘어질 뻔했어요.

__________ bị ngã.

2 하마터면 죽을 뻔했어요.

__________ chết.

3 하마터면 길을 잃을 뻔했어요.

__________ bị lạc đường.

정답

1 1–3 ơi là 2 1–3 Có, gì thế 3 1–3 Suýt nữa thì

Tôi đến Việt Nam để làm việc.

베트남에 일하러 왔어요.

đến Việt Nam(베트남에 오다), để(~하기 위해), làm việc(일하다)가 합쳐져 '베트남에 일하러 왔어요'의 의미가 됩니다. để는 동사 앞에 위치하여 목적과 의도를 나타냅니다.

A Bạn đến Việt Nam để làm gì?

B Tôi đến Việt Nam để làm việc.

A Bạn làm việc bao lâu rồi?

B 1 năm rồi.

A 베트남에 뭐하러 왔어요?

B 저는 베트남에 일하러 왔어요.

A 일한 지 얼마나 됐어요?

B 1년 됐어요.

bao lâu rồi? ~한 지 얼마나 됐어요? **năm** 년

핵심 표현

빈칸을 채우고 말하는 연습을 해보세요.

1 ~để làm gì? 뭐하려고 ~해요?

1 오빠/형은 그것을 뭐하려고 읽어요?

Anh đọc cái đó __________?

2 오빠/형은 뭐하려고 이것을 사요?

Anh mua cái này __________?

3 동생은 뭐하려고 빵을 만들어?

Em làm bánh __________?

2 để+동사 ~하기 위해

1 나는 공부하기 위해 읽어요.

Tôi đọc ________ học.

2 나는 선물 주기 위해 사요.

Tôi mua ________ tặng quà.

3 나는 사용하기 위해 만들어요.

Tôi làm ________ sử dụng.

3 ~bao lâu rồi? ~한 지 얼마나 됐어요?

1 오빠/형은 여기에서 산 지 얼마나 됐어요?

Anh sống ở đây __________?

2 언니/누나는 베트남어를 공부한 지 얼마나 됐어요?

Chị học tiếng Việt __________?

3 동생은 결혼한 지 얼마나 됐어?

Em kết hôn __________?

정답

1 1–3 để làm gì 2 1–3 để 3 1–3 bao lâu rồi

Bây giờ chúng ta đi đâu đấy?

우리 지금 어디 가요?

bây giờ(지금), chúng ta(우리), đi(가다), đâu(어디), đấy(문장 끝에 위치하여 강조하는 역할)가 합쳐져 '우리 지금 어디 가요?'의 의미가 됩니다.

A **Bây giờ chúng ta đi đâu đấy?**

B **Chúng ta đang đi cửa chính. Tắc xi vừa đến rồi.**

A **Thế à?**

B **Vâng. Mọi người sẽ tập trung ở đó.**

A 우리 지금 어디 가요?

B 우리는 정문으로 가는 중이에요. 택시가 막 도착했어요.

A 그래요?

B 네. 모든 사람이 거기서 모일 거예요.

cửa 문 **chính** 주요한 **vừa+동사** 막 ~했다 **mọi** 모든 **tập trung** 모이다

핵심 표현
빈칸을 채우고 말하는 연습을 해보세요.

1 Bây giờ chúng ta ~ đấy? 지금 우리는 ~해요?

1 지금 우리는 뭐 하지?

_______________ làm gì ________?

2 지금 우리는 뭐 먹지?

_______________ ăn gì ________?

3 지금 우리는 누구 만나지?

_______________ gặp ai ________?

2 vừa+동사+(rồi) 막 ~했어요

1 나는 막 샤워했어요.

Tôi ________ tắm (rồi).

2 우리는 막 집에 왔어요.

Chúng tôi ________ về nhà (rồi).

3 버스가 막 도착했어요.

Xe buýt ________ đến (rồi).

3 Mọi+명사 모든 ~

1 모든 장소

________ nơi

2 모든 대학생

________ sinh viên

3 모든 일

________ việc

정답

1 1–3 Bây giờ chúng ta, đấy 2 1–3 vừa 3 1–3 Mọi

Chúc mừng sinh nhật!

생일 축하해요!

Chúc mừng(축하하다), sinh nhật(생일)이 함께 쓰여 '생일 축하해요'의 의미가 됩니다.

A Hôm nay là ngày gì vậy?

B **Hôm nay là sinh nhật của tôi.**

A **Ồ!** Chúc mừng sinh nhật!

B Cảm ơn nhiều.

A 오늘이 무슨 날이에요?

B 오늘은 제 생일이에요.

A 오! 생일 축하해요!

B 정말 감사해요.

hôm nay 오늘 **ngày** 날, 일

핵심 표현
빈칸을 채우고 말하는 연습을 해보세요.

1 ~là ngày gì? ~가 무슨 날이에요?

1 내일이 무슨 날이에요?
Ngày mai ____________?

2 12월 25일이 무슨 날이에요?
Ngày 25 tháng 12 ____________?

3 이 날이 무슨 날이에요?
Ngày này ____________?

2 Chúc mừng~ ~ 축하해요

1 결혼 축하해요.
____________ kết hôn.

2 졸업 축하해요.
____________ tốt nghiệp.

3 승진 축하해요.
____________ thăng chức.

3 동사+nhiều 많이 ~해요

1 많이 먹어요.
Ăn ________.

2 많이 알아요.
Biết ________.

3 많이 죄송해요.
Xin lỗi ________.

정답

1 1–3 là ngày gì 2 1–3 Chúc mừng 3 1–3 nhiều

Chúc mừng năm mới!

새해 복 많이 받으세요!

Chúc mừng(축하하다)이 새해인 năm(년, 해), mới(새로운) 앞에 위치하게 되면 '새해를 축하하다', 즉 '새해 복 많이 받으세요'의 표현이 됩니다.

A Chúc mừng năm mới!

B Cảm ơn. Chúc mừng năm mới!

A Tết lần này bạn về quê chứ?

B Bận việc nên chắc không về.

A 새해 복 많이 받으세요!

B 감사해요. 새해 복 많이 받으세요!

A 이번 설에 고향에 가죠?

B 일이 바빠서 아마 고향에 못 갈 것 같아요.

Tết 설날 **lần** 번, 회 **về quê** 고향에 가다 **bận** 바쁜 **việc** 일 **nên** 그래서

핵심 표현

빈칸을 채우고 말하는 연습을 해보세요.

1 명사+mới 새로운 ~

1 새로운 직원

nhân viên ________

2 새로운 상품

sản phẩm ________

3 새로운 계획

kế hoạch ________

2 명사+lần trước/này/sau 지난번 ~/이번 ~/다음 번 ~

1 이번 계획

kế hoạch ________ này

2 지난번 설날

Tết ________ trước

3 다음 번 생일

Sinh nhật ________ sau

3 A nên B A해서 B하다

1 나는 고향에 가서 즐거워요.

Tôi về quê ________ vui.

2 나는 바빠서 피곤해요.

Tôi bận ________ mệt.

3 오늘은 내 생일이어서 행복해요.

Hôm nay là sinh nhật tôi ________ hạnh phúc.

정답

1 1–3 mới 2 1–3 lần 3 1–3 nên

Cùng chụp ảnh nào!

같이 사진 찍어요!

cùng(함께, 같이), chụp(찍다), ảnh(사진) 뒤에 nào를 붙이게 되면 주의를 환기시키기 위한 뜻을 지닌 의미가 되어 '같이 사진 찍어요'의 표현이 됩니다.

A Cùng chụp ảnh nào!

B Tất nhiên là được rồi.

A **Một, hai, ba!**

B **Đẹp quá!**

A 같이 사진 찍어요!

B 당연히 되죠.

A 하나, 둘, 셋!

B 너무 예쁘다!

Tất nhiên là~ 당연히 ~이다

핵심 표현

빈칸을 채우고 말하는 연습을 해보세요.

1 Cùng+동사/형용사 함께 ~해요

1 함께 쇼핑하러 가요.

_________ đi mua sắm.

2 함께 숙제해요.

_________ làm bài tập.

3 함께 놀러 가요.

_________ đi chơi.

2 ~nào ~하자

1 어디 보자.

Để tôi xem _________.

2 서두르자.

Nhanh lên _________.

3 조용히 하자.

Im _________.

3 Tất nhiên là~ 당연히 ~하죠

1 당연히 좋죠.

_____________ thích.

2 당연히 팔죠.

_____________ bán.

3 당연히 사진 찍죠.

_____________ chụp ảnh.

정답

1 1–3 Cùng 2 1–3 nào 3 1–3 Tất nhiên là

Chúc phát tài!

부자 되세요!

Chúc(빌다), phát tài(부자가 되다)가 합쳐져 '부자 되세요!'의 표현이 됩니다. 참고로 phát tài는 phát(發) '발전하다', tài(財) '재산'의 의미로 '재산을 발전시키다'로 비즈니스적으로 번창함을 의미합니다.

A **Chúc mừng khai trương!** Tôi đã chuẩn bị quà tặng này.

B Nhờ bạn mà tôi có thể khai trương.

A **Chúc phát tài!**

B **Cảm ơn nhiều!**

A 개업 축하해요! 나는 이 선물을 준비했어요.

B 당신 덕분에 내가 개업할 수 있었어요.

A 부자 되세요!

B 정말 감사합니다!

chúc mừng 축하하다 **khai trương** 개업하다 **đã+동사** ~했다(과거 시제) **chuẩn bị** 준비하다 **quà tặng** 선물 **nhờ A mà B** A 덕분에 B하다

핵심 표현

빈칸을 채우고 말하는 연습을 해보세요.

1 đã+동사 ~했어요

1 식당이 개업했어요.

Quán ăn ________ khai trương.

2 나는 선물을 샀어요.

Tôi ________ mua quà tặng.

3 사장님이 베트남에 출장 갔어요.

Giám đốc ________ đi công tác Việt Nam.

2 chuẩn bị~ ~를 준비해요

1 나는 개업할 준비를 해요.

Tôi ________ khai trương.

2 식당이 문 열 준비를 해요.

Quán ăn ________ mở cửa.

3 직원이 상품을 준비해요.

Nhân viên ________ sản phẩm.

3 Nhờ A mà B A 덕분에 B하다

1 회사 덕분에 나는 여행 가요.

________ công ty ________ tôi đi du lịch.

2 사장님 덕분에 나는 돈을 벌어요.

________ giám đốc ________ tôi kiếm tiền.

3 이 선물 덕분에 나는 행복해요.

________ qùa tặng này ________ tôi hạnh phúc.

정답

1 1–3 đã 2 1–3 chuẩn bị 3 1–3 Nhờ, mà

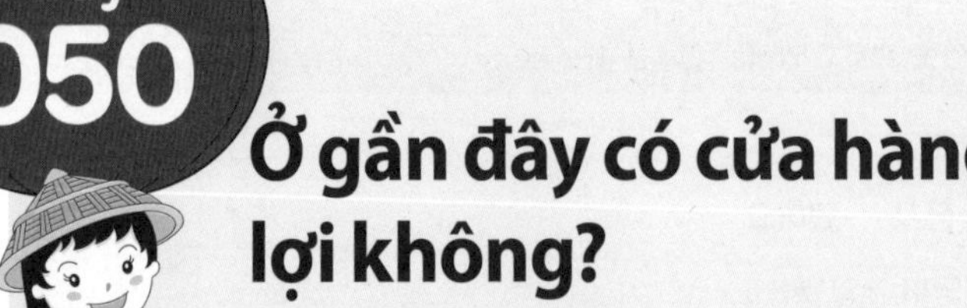

Ở gần đây có cửa hàng tiện lợi không?

이 근처에 편의점이 있어요?

ở(~에, ~에서), gần đây(근처), có(~가 있다), cửa hàng tiện lợi(편의점)이 합쳐져 '이 근처에 편의점이 있어요?'의 표현이 됩니다.

A Ở gần đây có cửa hàng tiện lợi không?

B Có.

A Tôi phải đi thế nào?

B Bạn đi thẳng. Sau đó rẽ trái.

A 이 근처에 편의점이 있어요?

B 있어요.

A 어떻게 가야 하나요?

B 직진하세요. 그다음에 좌회전하세요.

phải+동사 ~해야 한다 **thế nào** 어떻게 **đi thẳng** 직진하다 **sau đó** 그다음에, 그 후에 **rẽ trái** 좌회전하다

핵심 표현

빈칸을 채우고 말하는 연습을 해보세요.

1 Ở+장소+có+명사+không? ~에 ~가 있어요?

1 여기에 충전기 있어요?

________ đây ________ dây sạc ________?

2 근처에 카페 있어요?

________ gần đây ________ quán cà phê ________?

3 여기에 아이스크림 있어요?

________ đây ________ kem ________?

2 rẽ trái/rẽ phải/quẹo lại 좌회전하다/우회전하다/유턴하다

1 좌회전하세요!

Hãy ________ nhé!

2 우회전하세요!

Hãy ________ nhé!

3 유턴할 수 있어요?

________ được không?

3 Sau đó 그 후에, 그 다음에

1 나는 집에 가요. 그 다음에 샤워해요.

Tôi về nhà. ________ tắm.

2 나는 샤워해요. 그러고 나서 밥 먹어요.

Tôi tắm. ________ ăn cơm.

3 나는 밥 먹어요. 그 후에 자러 가요.

Tôi ăn cơm. ________ đi ngủ.

정답

1 1–3 Ở, có, không 2 1–3 rẽ trái, rẽ phải, Quẹo lại 3 1–3 Sau đó

원어민 MP3와
저자 해설강의를 들어 보세요

051 ~ 060

Dạo này bạn thế nào?

요즘 어때요?

시간 표현인 dạo này(요즘)가 문장 맨 앞에 위치하고 bạn(당신), thế nào(어때요)가 뒤에 위치하여 상대방의 상태를 확인하는 의미로 안부를 묻는 표현입니다.

A Dạo này bạn thế nào?

B Dạo này tôi có nhiều việc. **Bận quá!**

A Nghe nói tháng sau bạn đi Việt Nam. **Đúng không?**

B **Đúng rồi.**

A 요즘 어때요?

B 요즘 일이 많이 있어요. 너무 바빠요!

A 듣기로 다음 달에 베트남 간다고 하던데. 맞아요?

B 맞아요.

Nghe nói~ 듣기로는 ~라고 하더라 **tháng sau** 다음 달 **đúng** 맞은

핵심 표현

빈칸을 채우고 말하는 연습을 해보세요.

1 명사+thế nào? ~는 어때요?

1 이거 어때요?

Cái này ________?

2 그 오빠/형은 어때요?

Anh ấy ________?

3 이 집 어때요?

Nhà này ________?

2 nhiều+명사 많은 ~

1 많은 사람

________ người

2 많은 숙제

________ bài tập

3 많은 돈이 있어요.

Có ________ tiền.

3 Nghe nói~ 듣기로는 ~라고 하더라

1 듣기로는 베트남어가 재밌다고 하더라.

__________ tiếng Việt thú vị.

2 듣기로는 쌀국수가 맛있다고 하더라.

__________ phở ngon.

3 듣기로는 당신 집이 예쁘다고 하더라.

__________ nhà bạn đẹp.

정답

1 1–3 thế nào 2 1–3 nhiều 3 1–3 Nghe nói

Tôi muốn đổi tiền.

환전하고 싶어요.

베트남에서는 카드 사용보다는 현금을 사용할 일이 더 많은데요. 환전할 때 muốn(원하다), đổi(바꾸다), tiền(돈)이 합쳐져 '환전하고 싶어요'의 표현을 사용할 수 있습니다.

A **Tôi muốn đổi tiền.**

B **Bạn đổi khoảng bao nhiêu?**

A **Tôi muốn đổi 200 đô la.**

B **OK. Chờ một chút nhé. Tôi tính đã.**

A 환전하고 싶어요.

B 얼마 정도 바꿀까요?

A 200달러 바꾸고 싶어요.

B 알겠어요. 잠깐 기다리세요. 일단 계산하고요.

단어 및 표현

khoảng 대략, 약 **đô la** 달러 **tính** 계산하다 **동사+đã** 일단 ~하다

핵심 표현

빈칸을 채우고 말하는 연습을 해보세요.

1 Khoảng+숫자 대략, 약 ~

1 대략 5일이요.

_________ 5 ngày.

2 약 3명이요.

_________ 3 người.

3 대략 2km예요.

_________ 2 cây số.

2 đô la/đồng/won 달러/동(베트남 화폐 단위)/원

1 100 달러

100 _________

2 50,000동

50.000 _________

3 30,000원

30.000 _________

3 동사+đã 일단 ~해요

1 일단 영화 보고요.

Xem phim _________.

2 일단 공부 끝나고요.

Học xong _________.

3 일단 숙제하고요.

Làm bài tập _________.

정답

1 1–3 Khoảng 2 1–3 đô la, đồng, won 3 1–3 đã

Có chỗ 5 người ngồi không?

5명 앉을 자리 있어요?

có(있다), chỗ(자리), 5 người(5명), ngồi(앉다) 뒤에 không을 붙여 '5명 앉을 자리가 있어요?'의 의미가 됩니다.

A Có chỗ 5 người ngồi không?

B Các chỗ đều đã đầy người rồi.

A Thế à? Chúng tôi sẽ chờ.

B OK.

A 5명 앉을 자리 있어요?

B 자리가 전부 다 찼어요.

A 그래요? 우리는 기다릴게요.

B 네.

các+명사 ~들(복수) **đều+동사/형용사** 전부, 모두 ~하다 **đầy** 가득 찬

핵심 표현
빈칸을 채우고 말하는 연습을 해보세요.

1 Các+명사 ~들

1 당신들(여러분)

_________ bạn

2 대학생들

_________ sinh viên

3 나라들

_________ nước

2 Các+명사+đều+동사/형용사 ~들이 전부 ~해요

1 대학생들이 전부 열심히 해요.

_________ sinh viên _________ chăm chỉ.

2 발음들이 전부 어려워요.

_________ phát âm _________ khó.

3 방들이 전부 좁아요.

_________ phòng _________ chật.

3 Đầy+명사 ~로 가득 차 있어요

1 물로 가득 차 있어요.

_________ nước.

2 먼지로 가득 차 있어요.

_________ bụi.

3 희망으로 가득 차 있어요.

_________ hy vọng.

정답

1 1–3 Các 2 1–3 Các, đều 3 1–3 Đầy

Thời gian qua tôi làm phiền bạn quá.

그동안 폐 많이 끼쳤습니다.

thời gian(시간), qua(지나다)가 합쳐진 thời gian qua는 '그동안'의 의미이며 'làm phiền+상대방(~에게 폐를 끼치다)' 뒤에 quá(매우)가 위치하여 '그동안 폐 많이 끼쳤습니다'의 표현이 됩니다.

A **Cuối cùng tôi đã mua xe máy rồi.**

B **Ồ thế à! Thế thì hôm nay tôi không cần đưa bạn về à?**

A **Vâng ạ. Thời gian qua tôi làm phiền bạn quá.**

B **Không sao mà.**

A 마침내 오토바이를 샀어요.

B 오 그래요! 그러면 오늘은 데려다줄 필요 없겠네요?

A 네. 그동안 폐 많이 끼쳤습니다.

B 괜찮은데요 뭘.

cuối cùng 마침내 **mua** 사다 **không cần+동사** ~할 필요가 없다 **đưa** 데리고 가다

핵심 표현

빈칸을 채우고 말하는 연습을 해보세요.

1 Cuối cùng 드디어

1 드디어 내 집을 샀어요.

__________ tôi đã mua nhà của tôi rồi.

2 드디어 내 여자 친구와 결혼해요.

__________ tôi kết hôn với bạn gái của tôi.

3 드디어 시험에 합격했어요.

__________ thi đỗ rồi.

2 Không cần+동사 ~할 필요가 없어요

1 기다릴 필요가 없어요.

__________ đợi.

2 암기할 필요가 없어요.

__________ thuộc lòng.

3 문자 보낼 필요가 없어요.

__________ nhắn tin.

3 làm phiền 폐를 끼치다

1 나는 폐 끼치는 것을 좋아하지 않아요.

Tôi không thích __________.

2 내가 당신에게 폐를 끼치나요?

Tôi __________ bạn không?

3 당신에게 폐를 끼쳐서 죄송해요.

Xin lỗi vì đã __________ bạn.

정답

1 1–3 Cuối cùng 2 1–3 Không cần 3 1–3 làm phiền

Cứ tự nhiên đi ạ.

편히 하세요.

cứ(계속), tự nhiên(자연스러운), đi(~해라), ạ(예의를 갖추는 말)는 '자연스럽게 하세요', '편히 하세요'의 표현입니다.

A **Nhà bạn đẹp quá! Bạn chuyển đến khi nào?**

B **2 tháng trước.**

A **Thế à! Tôi ngồi đây được không?**

B **Được. Cứ tự nhiên đi ạ.**

A 집 너무 예뻐요! 언제 이사 왔어요?

B 2달 전에요.

A 그래요! 여기 앉아도 돼요?

B 돼요. 편히 하세요.

chuyển đến 이사 오다 **~khi nào?** 언제 ~했어요? **시간+trước** ~ 전 **ngồi** 앉다

핵심 표현

빈칸을 채우고 말하는 연습을 해보세요.

1 ~khi nào? 언제 ~했어요?

1 오빠/형은 언제 커피 마셨어요?

Anh uống cà phê __________?

2 당신은 언제 여기에 왔어요?

Bạn đến đây __________?

3 언니/누나는 언제 헤어졌어요?

Chị chia tay __________?

2 시간+trước ~ 전

1 2시간 전

2 tiếng ________

2 5년 전

5 năm ________

3 2주 전

2 tuần ________

3 Cứ ~ đi ạ 그냥 ~하세요

1 그냥 물어보세요.

________ hỏi ________.

2 그냥 말씀하세요.

________ nói ________.

3 그냥 전화하세요.

________ gọi điện ________.

정답

1 1-3 khi nào　2 1-3 trước　3 1-3 Cứ, đi ạ

Tôi phải đi nhà vệ sinh gấp.

화장실이 급해요.

phải(~해야 한다), đi(가다), nhà vệ sinh(화장실), gấp(급한, 급하게)이 결합되어 '나는 화장실을 급하게 가야 해요', '화장실이 급해요'의 표현이 됩니다.

A Bạn có vẻ khó chịu.

B Thật ra, tôi phải đi nhà vệ sinh gấp.

A Nhà vệ sinh ở tầng 2.

B Cảm ơn bạn.

A 당신은 불쾌해 보여요.

B 솔직히, 화장실이 급해요.

A 화장실은 2층에 있어요.

B 고마워요.

có vẻ+형용사 ~해 보여요 **khó chịu** 참기 힘든, 불쾌한 **thật ra** 솔직히 **tầng** 층

핵심 표현

빈칸을 채우고 말하는 연습을 해보세요.

1 có vẻ+형용사 ~해 보여요

1 당신은 행복해 보여요.

Bạn ________ hạnh phúc.

2 당신은 젊어 보여요.

Bạn ________ trẻ.

3 당신은 당황스러워 보여요.

Bạn ________ lúng túng.

2 Thật ra 솔직히

1 솔직히 나는 돈이 많이 없어요.

________, tôi không có tiền nhiều.

2 솔직히 나는 아직 숙제를 안 했어요.

________, tôi chưa làm bài tập.

3 솔직히 나는 할 줄 몰라요.

________, tôi không biết làm.

3 ~gấp 급히 ~하다

1 나는 급히 메일을 보낸다.

Tôi gửi email ________.

2 직원들이 급히 회의한다.

Các nhân viên họp ________.

3 요리사가 급히 요리한다.

Đầu bếp nấu ăn ________.

정답

1 1–3 có vẻ 2 1–3 Thật ra 3 1–3 gấp

Tôi không ngủ được một chút nào.

한숨도 못 잤어요.

ngủ(자다)의 불가능 형태인 không ngủ được(잘 수 없다) 뒤에 một chút(조금, 잠깐), nào(어느)가 붙어 '어느 잠깐도 잘 수 없었다', 즉 '한숨도 못 잤어요'의 표현이 됩니다.

A **A-lô, Kim à?** Sao không nhấc máy?

B Tôi đang tiếp tục ngủ. Đêm qua, tôi không ngủ được một chút nào.

A **Trời ơi! Bạn cứ ngủ đi!**

B **Vâng. Tôi sẽ gọi lại nhé.**

A 여보세요, 낌이에요? 왜 전화를 안 받아요?

B 나 계속 자고 있는 중이에요. 어젯밤에 한숨도 못 잤어요.

A 아이고! 계속 자요!

B 네. 다시 전화 걸게요.

A-lô 여보세요 **sao** 왜 **nhấc máy** 전화 받다 **tiếp tục+동사** 계속 ~하다 **ngủ** 자다

핵심 표현

빈칸을 채우고 말하는 연습을 해보세요.

1 Sao không~? 왜 ~안 해요?

1 왜 연락 안 해요?

_______________ liên lạc?

2 왜 안 물어봐요?

_______________ hỏi?

3 왜 용서 안 해요?

_______________ tha thứ?

2 tiếp tục+동사 계속 ~해요

1 나는 계속 춤춰요.

Tôi __________ nhảy.

2 아기가 계속 울어요.

Em bé __________ khóc.

3 버스가 계속 직진해요.

Xe buýt __________ đi thẳng.

3 không+동사+được một chút nào 조금도 ~할 수 없어요

1 나는 조금도 이해할 수 없어요.

Tôi ________ hiểu ______________________.

2 나는 조금도 알 수 없어요.

Tôi ________ biết ______________________.

3 나는 조금도 마실 수 없어요.

Tôi ________ uống ______________________.

정답

1 1–3 Sao không 2 1–3 tiếp tục 3 1–3 không, được một chút nào

Nhờ bạn giúp đỡ ạ.

잘 부탁드려요.

nhờ(부탁하다), bạn(당신), giúp đỡ(돕다), ạ(예의를 나타내는 말)이 결합되어 '당신이 도와주길 부탁해요', 즉 '잘 부탁드려요'의 표현이 됩니다.

A Tôi chưa bao giờ làm việc này nên không biết rõ.

B **Bạn yên tâm đi! Tôi sẽ giúp bạn.**

A **Cảm ơn bạn.** Nhờ bạn giúp đỡ ạ.

B **OK.**

A 나는 이 일을 아직 해 본 적이 없어서 잘 몰라요.

B 안심해요! 내가 도와줄게요.

A 감사해요. 잘 부탁드려요.

B 네.

chưa bao giờ+동사 아직 ~ 해 본 적 없다 **rõ** 자세한, 자세히 **yên tâm** 안심하다

핵심 표현

빈칸을 채우고 말하는 연습을 해보세요.

1 chưa bao giờ+동사 ~해 본 적 없어요

1 나는 연유 커피를 마셔본 적이 없어요.

Tôi ____________ uống cà phê sữa.

2 나는 외국 여행 가본 적이 없어요.

Tôi ____________ đi du lịch nước ngoài.

3 나는 캠핑 가본 적이 없어요.

Tôi ____________ đi cắm trại.

2 Không+동사+rõ 잘 ~ 안 해요

1 잘 설명을 안 해요.

________ giải thích ________.

2 잘 이해가 안 가요.

________ hiểu ________.

3 잘 기억 안 나요.

________ nhớ ________.

3 Nhờ+상대방+동사 ~하는 것을 부탁해요

1 (오빠/형에게) 정리하는 것을 부탁해요.

________ anh sắp xếp.

2 (오빠/형에게) 설거지하는 것을 부탁해요.

________ anh rửa chén.

3 (언니/누나에게) 닦는 것을 부탁해요.

________ chị lau.

정답

1 1–3 chưa bao giờ 2 1–3 Không, rõ 3 1–3 Nhờ

Có đồ như thế này không?

이런 물건 있어요?

có~(~가 있다), đồ(물건), như thế này(이러한) 문장 뒤에 không이 붙어 '이런 물건 있어요?'라는 의문문 표현이 됩니다.

A Có đồ như thế này không?

B **Có. Cái này.**

A Nhưng khác nhau mà. Sau khi xem ở chỗ khác, tôi sẽ trở lại nhé.

B **OK.**

A 이런 물건 있어요?

B 있어요. 이거요.

A 그런데 서로 다른데요. 다른 곳에서 본 후에 다시 돌아올게요.

B 네.

khác nhau 서로 다르다 **sau khi~** ~한 후에 **chỗ** 곳 **khác** 다른 **trở lại** 돌아오다, 돌아가다

핵심 표현

빈칸을 채우고 말하는 연습을 해보세요.

1 ~như thế này 이러한 ~

1 이러한 집에 살고 싶어요.

Tôi muốn sống nhà ____________.

2 이러한 사람과 결혼할 거예요.

Tôi sẽ kết hôn với người ____________.

3 이러한 일은 어려워요.

Việc ____________ khó.

2 동사+nhau 서로 ~해요

1 서로 만나요.

Gặp ________.

2 서로 이해해요.

Hiểu ________.

3 서로 같아요.

Giống ________.

3 Sau khi A, B A 한 후에 B해요

1 집에 간 후에 샤워해요.

________ về nhà, tôi tắm.

2 샤워한 후에 맥주를 마셔요.

________ tắm, tôi uống bia.

3 커피 마신 후에 자러 가요.

________ uống cà phê, tôi đi ngủ.

정답

1 1–3 như thế này 2 1–3 nhau 3 1–3 Sau khi

Bạn có thể chụp ảnh cho tôi được không ạ?

사진 좀 찍어주시겠어요?

có thể~(~할 수 있다), chụp(찍다), ảnh(사진), cho~(~를 위해) tôi(나) 문장 뒤에 được không?(돼요?, 할 수 있어요?)이 붙어 '사진 좀 찍어주시겠어요?'의 표현이 됩니다.

A Bạn có thể chụp ảnh cho tôi được không ạ?

B **Được.** Bấm ở đâu thì được?

A **Đây ạ.**

B **Chụp nhé! Một hai ba!** Cười lên!

A 사진 좀 찍어주시겠어요?

B 가능해요. 어디를 누르면 돼요?

A 여기요.

B 찍을게요! 하나 둘 셋! 활짝 웃어요!

bấm 누르다 **cười lên** 활짝 웃다

핵심 표현

빈칸을 채우고 말하는 연습을 해보세요.

1 ~cho tôi được không? ~해주시겠어요?

1 깎아주시겠어요?

Bớt giá ____________________?

2 바꿔주시겠어요?

Đổi ____________________?

3 안내해주시겠어요?

Hướng dẫn ____________________?

2 의문사+thì được ~면 돼요?

1 어느 것이면 돼요?

Cái nào __________?

2 누구면 돼요?

Ai __________?

3 언제면 돼요?

Khi nào __________?

3 cười '웃다'와 관련된 표현

1 너무 웃겨요.

Buồn ________ quá!

2 배꼽 빠질 듯이 웃어요.

________ vỡ bụng.

3 웃음을 참아요.

Nhịn ________.

정답

1 1–3 cho tôi được không 2 1–3 thì được 3 1–3 cười

원어민 MP3와
저자 해설강의를 들어 보세요

061 ~ 070

Day 061 **Bạn ăn trước đi ạ!**
먼저 드세요!

Day 062 **Tôi không muốn ăn.**
식욕이 없어요.

Day 063 **Đừng bỏ ngò vào ạ.**
고수를 넣지 마세요.

Day 064 **Mấy giờ đóng cửa?**
몇 시에 영업이 끝나요?

Day 065 **Không còn màu nào khác ạ?**
다른 색은 없어요?

Day 066 **Có vấn đề gì không?**
무슨 문제 있어요?

Day 067 **May quá!**
다행이네요!

Day 068 **Tôi sẽ lấy cái này.**
이걸로 할게요.

Day 069 **Đã rồi sao?**
벌써요?

Day 070 **Hãy làm theo tôi!**
따라하세요!

Bạn ăn trước đi ạ!

먼저 드세요!

ăn trước(먼저 먹다), đi(~해라), ạ(예의를 나타내는 말)가 붙어 '먼저 드세요'의 표현이 됩니다.

참고 동사+đi(~해라): Day 1 / 동사+trước(먼저~하다): Day 36

A **Khi nào chúng ta ăn cơm?**

B **Bạn ăn trước đi ạ! Bây giờ tôi không có thời gian ăn cơm.**

A **Thế à? Thế thì hôm nay tôi đi ăn một mình nhé.**

B **Chúc ăn miệng ngon.**

A 우리는 밥 언제 먹어요?

B 먼저 드세요! 지금 밥 먹을 시간이 없어요.

A 그래요? 그러면 오늘 나 혼자 먹으러 갈게요.

B 맛있게 드세요.

bây giờ 지금 **thời gian** 시간 **một mình** 혼자 **miệng** 입 **ngon** 맛있는

핵심 표현

빈칸을 채우고 말하는 연습을 해보세요.

1 동사+**trước đi!** 먼저 ~하세요!

1 오빠/형 먼저 집에 가세요!

Anh về nhà __________!

2 동생 먼저 자!

Em ngủ __________!

3 당신 먼저 들어가세요!

Bạn vào __________!

2 **Có thời gian~** ~할 시간이 있어요

1 커피 마실 시간이 있어요.

__________ uống cà phê.

2 대화할 시간이 있어요.

__________ nói chuyện.

3 은행에 갈 시간이 있어요.

__________ đi ngân hàng.

3 동사+**một mình** 혼자 ~해요

1 나는 혼자 공부하는 것을 좋아해요.

Tôi thích học __________.

2 오빠/형은 혼자 여행 가요?

Anh đi du lịch __________ phải không?

3 나는 혼자 밥 먹는 것을 안 좋아해요.

Tôi không thích ăn cơm __________.

정답

1 1–3 **trước đi** 2 1–3 **Có thời gian** 3 1–3 **một mình**

Tôi không muốn ăn.

식욕이 없어요.

muốn은 '원하다'의 의미이고, không muốn은 '원하지 않는다'의 의미입니다. không muốn 뒤에 ăn(먹다)를 합친 không muốn ăn은 '먹고 싶지 않다', 즉 '식욕이 없다'의 표현이 됩니다.

A Dạo này trời nóng quá!

B **Đúng rồi.** Trời nóng đến mức tôi không muốn ăn.

A Mặc dù không muốn ăn nhưng bạn phải ăn cho sức khỏe.

B **Thật ra tôi mới ăn cơm rồi.**

A 요즘 날씨가 너무 더워요!

B 맞아요. 식욕이 없을 정도로 날씨가 더워요.

A 비록 먹고 싶지 않더라도 건강을 위해 먹어야 해요.

B 사실 저 방금 밥 먹었어요.

dạo này 요즘 **trời** 날씨; 하늘 **nóng** 더운 **đến mức~** ~할 정도로
mặc dù A nhưng B 비록 A할지라도 B하다

핵심 표현

빈칸을 채우고 말하는 연습을 해보세요.

1 Trời+날씨 표현 날씨가 ~해요

1 날씨가 추워요.

________ lạnh.

2 날씨가 시원해요.

________ mát.

3 날씨가 습해요.

________ ẩm.

2 A đến mức B B할 정도로 A해요

1 울 정도로 기뻐요.

Vui ________ khóc.

2 아플 정도로 때려요.

Đánh ________ đau.

3 졸릴 정도로 지루해요.

Chán ________ buồn ngủ.

3 Mặc dù A nhưng B 비록 A할지라도 B해요

1 비록 슬플지라도 울지 않아요.

________ buồn ________ không khóc.

2 비록 날씨가 더울지라도 놀러 가요.

________ trời nóng ________ đi chơi.

3 비록 지루할지라도 열심히 공부해요.

________ chán ________ học chăm chỉ.

정답

1 1–3 Trời 2 1–3 đến mức 3 1–3 Mặc dù, nhưng

Đừng bỏ ngò vào ạ.

고수를 넣지 마세요.

부정 명령의 Đừng(~하지 마) 뒤에 bỏ ~ vào(~를 넣다), ạ(예의를 나타냄)를 합쳐 '~를 넣지 마세요'라는 의미가 됩니다. ngò(고수)를 bỏ ~ vào 사이에 넣어 Đừng bỏ ngò vào ạ는 '고수를 넣지 마세요'라는 표현이에요.

A **Bạn gọi món chưa?**

B **Chưa. Cho tôi 1 bát phở.** Đừng bỏ ngò vào ạ.

A Bạn có cần gì nữa không?

B Một chút sau, tôi sẽ gọi thêm nhé.

A 주문하셨어요?

B 아직이요. 쌀국수 한 그릇 주세요. 고수를 넣지 마세요.

A 더 필요한 것 있으세요?

B 잠시 후에 더 주문할게요.

gọi món 주문하다 **bát** 그릇 **cần** 필요하다 **một chút** 잠시, 잠깐 **sau** 후

핵심 표현
빈칸을 채우고 말하는 연습을 해보세요.

1 Đừng+동사+ạ ~하지 마세요

1 더 주문하지 마세요.

_________ gọi thêm _________.

2 미안해하지 마세요.

_________ xin lỗi _________.

3 요리하지 마세요.

_________ nấu ăn _________.

2 Có+동사+gì nữa không? 더 ~한 것 있어요?

1 더 더할 것 있어요?

_________ thêm _________________?

2 더 말할 것 있어요?

_________ nói _________________?

3 더 살 것 있어요?

_________ mua _________________?

3 Một chút sau, tôi sẽ+동사+nhé 잠시 후에 ~할게요

1 잠시 후에 말할게요.

________________, tôi _________ nói _________.

2 잠시 후에 볼게요.

________________, tôi _________ xem _________.

3 잠시 후에 물어볼게요.

________________, tôi _________ hỏi _________.

정답

1 1–3 Đừng, ạ 2 1–3 Có, gì nữa không 3 1–3 Một chút sau, sẽ, nhé

Mấy giờ đóng cửa?

몇 시에 영업이 끝나요?

mấy(몇), giờ(시)가 문장 앞에 위치하면 '몇 시에~해요?'의 표현이 됩니다. Mấy giờ(몇 시), đóng(닫다), cửa(문)는 '몇 시에 문 닫아요?', 즉 '몇 시에 영업이 끝나요?'의 의미가 됩니다.

A **Cô ơi.** Mấy giờ đóng cửa?

B Ở bên ngoài thì 10 giờ, còn ở bên trong thì 11 giờ đóng cửa.

A **Thế thì chúng tôi sẽ ăn ở bên trong nhé.**

B Nhưng tiếc là ở bên trong hết chỗ rồi.

A 아주머니. 몇 시에 문 닫아요?

B 바깥쪽은 10시, 그리고 안쪽은 11시에 문 닫아요.

A 그러면 우리는 안쪽에서 먹을게요.

B 그런데 안타깝게도 안쪽에 자리가 없어요.

단어 및 표현

bên 쪽 **ngoài** 밖 **trong** 안 **A thì B, còn C thì D** A는 B하고 C는 D하다(A와 C를 비교)
tiếc là~ 안타깝게도 ~하다 **hết chỗ** 자리가 없다

핵심 표현

빈칸을 채우고 말하는 연습을 해보세요.

1 Mấy giờ~ 몇 시에 ~해요?

1 몇 시에 출발해요?

_________ khởi hành?

2 몇 시에 점심 먹어요?

_________ ăn trưa?

3 몇 시에 도착해요?

_________ đến?

2 A thì B, còn C thì D A는 B하고, C는 D해요

1 나는 의사고 내 친구는 간호사예요.

Tôi ____ bác sĩ, ____ bạn tôi ____ y tá.

2 가을은 시원하고 봄은 따뜻해요.

Mùa thu ____ mát, ____ mùa xuân ____ ấm.

3 나는 공부하고 내 동생은 놀러 가요.

Tôi ____ học, ____ em tôi ____ đi chơi.

3 Tiếc là~ 안타깝게도 ~해요

1 안타깝게도 시간이 없어요.

_________ không có thời gian.

2 안타깝게도 일찍 문을 닫아요.

_________ đóng cửa sớm.

3 안타깝게도 음식이 맛없어요.

_________ món ăn không ngon.

정답

1 1–3 Mấy giờ 2 1–3 thì, còn, thì 3 1–3 Tiếc là

Không còn màu nào khác ạ?

다른 색은 없어요?

còn(남아 있다)의 부정형인 không còn 뒤에 màu(색), nào(어느), khác(다른), ạ(예의를 갖추는 말)이 합쳐져 '다른 색은 없어요?'의 의미가 됩니다.

A **Kiểu áo này đẹp quá!** Nhưng không còn màu nào khác ạ?

B **Có màu trắng và màu đỏ thôi.** Hay là kiểu này thế nào?

A **Cũng được.** Tôi mặc thử được không?

B **Được đấy.**

A 이 옷 스타일은 너무 예뻐요! 하지만 다른 색은 없어요?

B 흰색과 빨간색만 있어요. 아니면 이 스타일은 어때요?

A 그럭저럭 괜찮아요. 입어봐도 돼요?

B 돼요.

kiểu 스타일 **áo** 윗옷 **màu trắng** 흰색 **màu đỏ** 빨간색 **Hay là~** 아니면 ~해요 **mặc** 입다
동사+thử 한번 ~하다

핵심 표현

빈칸을 채우고 말하는 연습을 해보세요.

1 Không còn+명사+nào khác? 다른 ~는 없어요?

1 다른 종류는 없어요?

_____________ loại _____________?

2 다른 스타일은 없어요?

_____________ kiểu _____________?

3 다른 무늬는 없어요?

_____________ hoa văn _____________?

2 Hay là~ 아니면 ~해요

1 (상대방이 지금 못 간다고 하는 상황) 아니면 나중에 가세요!

__________ lần sau đi nhé!

2 (상대방이 영어 배우기 어렵다고 하는 상황) 아니면 베트남어는 어때요?

__________ bạn học tiếng Việt thế nào?

3 (상대방이 바다 가기 싫다고 하는 상황) 아니면 산에 가는 게 어때요?

__________ đi núi thế nào?

3 동사+thử 한번 ~해보다

1 한번 봐도 돼요?

Tôi xem _________ được không?

2 나는 한번 마셔보고 싶어요.

Tôi muốn uống _________.

3 나 한번 입어볼게요.

Tôi mặc _________ nhé.

정답

1 1–3 Không còn, nào khác 2 1–3 Hay là 3 1–3 thử

Có vấn đề gì không?

무슨 문제 있어요?

có~(~가 있다), vấn đề(문제), gì(무슨, 무엇) 문장 뒤에 không이 붙어 '무슨 문제 있어요?'라는 뜻의 의문문 표현이 됩니다.

A **Chết rồi!**

B **Có vấn đề gì không?**

A **Tài liệu mà tôi làm bị mất hết rồi.**

B **Trời ơi!**

A 죽었다!

B 무슨 문제 있어요?

A 아침부터 오후까지 내가 만든 자료가 다 날아가 버렸어요.

B 아이고!

chết 죽다 **tài liệu** 자료 **A mà B** B한 A(앞의 명사 A를 B가 꾸며주도록 하는 역할) **mất** 잃어버리다 **동사+hết** 전부 ~하다

핵심 표현
빈칸을 채우고 말하는 연습을 해보세요.

1 Có+명사+gì không? 무슨 ~ 있어요?

1 무슨 일 있어요?
_________ chuyện ____________?

2 무슨 계획 있어요?
_________ kế hoạch ____________?

3 무슨 자료 있어요?
_________ tài liệu ____________?

2 A mà B B한 A(B가 A를 수식)

1 내가 좋아하는 영화
Phim _________ tôi thích

2 내가 할 일
Việc _________ tôi sẽ làm

3 내가 싫어하는 사람
Người _________ tôi ghét

3 동사+hết 전부 ~해요

1 전부 먹고 싶어요.
Muốn ăn _________.

2 전부 이해했어요.
Hiểu _________ rồi.

3 전부 말할 거예요.
Sẽ nói _________.

정답

1 1–3 Có, gì không 2 1–3 mà 3 1–3 hết

May quá!

다행이네요!

may(운 좋은), quá(매우)가 합쳐서 '매우 운이 좋아요', '다행이네요'의 표현이 됩니다.

A **Bạn đi đâu đấy?**

B **Tôi đang trên đường đến bệnh viện.**

A **Bạn ốm thế nào?**

B **Chỉ là phẫu thuật đơn giản thôi. Giờ tôi ổn rồi.**

A **May quá!**

A 어디 가세요?

B 병원에 가는 길이에요.

A 어떻게 아프세요?

B 그냥 간단한 수술했어요. 지금은 괜찮아요.

A 다행이네요!

단어 및 표현

trên ~위에 **đường** 길 **bệnh viện** 병원 **ốm** 아픈 **chỉ ~ thôi** 단지, 그냥 ~일 뿐이다
phẫu thuật 수술 **đơn giản** 간단한 **giờ** 지금 **ổn** 안정된

핵심 표현

빈칸을 채우고 말하는 연습을 해보세요.

1 đang trên đường đến+장소 ~에 가는 길이에요

1 나는 학원에 가는 길이에요.

Tôi ____________________ trung tâm.

2 나는 학교에 가는 길이에요.

Tôi ____________________ trường.

3 나는 회사에 가는 길이에요.

Tôi ____________________ công ty.

2 Chỉ là ~ thôi 그냥 ~일 뿐이에요

1 그냥 친구일 뿐이에요.

__________ bạn __________.

2 그냥 직원일 뿐이에요.

__________ nhân viên __________.

3 그냥 취미일 뿐이에요.

__________ sở thích __________.

3 Giờ thì ~ rồi 지금은 ~했어요

1 지금은 해결했어요.

__________ giải quyết __________.

2 지금은 퇴원했어요.

__________ ra viện __________.

3 지금은 문 닫았어요.

__________ đóng cửa __________.

정답

1 1–3 đang trên đường đến 2 1–3 Chỉ là, thôi 3 1–3 Giờ thì, rồi

Tôi sẽ lấy cái này.

이걸로 할게요.

sẽ(~할 것이다), lấy(갖다), cái này(이것)이 합쳐져 '이것을 가지고 갈 거예요', 즉 '이걸로 할게요'의 의미가 됩니다.

A **Cái này tươi không?**

B **Tươi lắm!**

A **Tôi sẽ lấy cái này. Bạn giảm giá giúp tôi. Tôi hay đến đây mà.**

B **Tầm đó là rẻ mà.**

A 이거 신선해요?

B 매우 신선해요!

A 이걸로 할게요. 좀 깎아주세요. 여기 자주 오잖아요.

B 그 정도면 싼데요.

tươi 신선한 **hay+동사** 자주 ~하다 **tầm** 범위 **đó** 그 **rẻ** 싼

핵심 표현
빈칸을 채우고 말하는 연습을 해보세요.

1 lấy '갖다'와 관련된 표현

1 오빠/형은 몇 개 가져요?(몇 개 사요?)

Anh ________ mấy cái?

2 2개 가져요.(2개 사요.)

Tôi ________ 2 cái.

3 아내를 가져요/남편을 가져요.(결혼해요.)

________ vợ/________ chồng.

2 hay+동사 자주 ~해요

1 나는 자주 감기에 걸려요.

Tôi ________ bị cảm.

2 전화가 자주 고장 나요.

Điện thoại ________ bị hỏng.

3 우리는 자주 싸워요.

Chúng tôi ________ cãi nhau.

3 Tầm đó là~ 그 정도면 ~해요

1 그 정도면 됐어요.

____________ được rồi.

2 그 정도면 충분해요.

____________ đủ.

3 그 정도면 많아요.

____________ nhiều.

정답

1 1–3 lấy 2 1–3 hay 3 1–3 Tầm đó là

Đã rồi sao?

벌써요?

무언가를 잘못 알고 있음을 깨달았을 때 nhầm(착각하다) 뒤에 완료의 의미인 rồi를 붙여 '착각했어요'의 표현을 사용할 수 있습니다.

A **Tôi có thể hoàn tiền lại được không?**

B **Không được.** Tại vì thời gian hoàn tiền lại hết rồi ạ.

A Đã rồi sao?

B Nhưng bạn có thể đổi hàng khác thay vì hoàn tiền lại.

A 환불할 수 있나요?

B 안 돼요. 왜냐하면 환불 기간이 끝났어요.

A 벌써요?

B 환불 대신에 다른 상품으로 교환할 수 있어요.

단어 및 표현

hoàn tiền lại 환불하다 **tại vì~** 왜냐하면 ~(부정적인 원인을 언급할 때 사용) **đổi** 바꾸다
hàng 물건 **khác** 다른 **thay vì~** ~ 대신에

핵심 표현

빈칸을 채우고 말하는 연습을 해보세요.

1 Tại vì~ 왜냐하면 ~

1 왜냐하면 고장 났기 때문이에요.

_________ bị hỏng rồi.

2 왜냐하면 돈이 없기 때문이에요.

_________ không có tiền.

3 왜냐하면 시끄럽기 때문이에요.

_________ ồn ào.

2 ~sao? ~라고요?(놀람)

1 당신이 베트남 사람이라고요?

Bạn là người Việt Nam _________?

2 오늘이 휴일이라고요?

Hôm nay là ngày nghỉ _________?

3 당신이 결혼했다고요?

Bạn kết hôn rồi _________?

3 thay vì~ ~를 대신하여

1 나는 내 언니를 대신해서 일해요.

Tôi làm _________ chị tôi.

2 나는 물 대신해서 이것을 마셔요.

Tôi uống cái này _________ nước.

3 나는 비타민을 대신해서 과일을 먹어요.

Tôi ăn hoa quả _________ Vitamin.

정답

1 1–3 Tại vì　2 1–3 sao　3 1–3 thay vì

Hãy làm theo tôi!

따라하세요!

hãy(~하세요), làm(하다), theo~(~에 따라), tôi(나)가 합쳐져 '(나를) 따라 하세요' 라는 표현이 됩니다.

A Dạo này tôi thấy người yếu quá!

B Sao thế?

A Tại vì mỗi ngày làm việc.

B Bạn nên đứng dậy dù chỉ một lát cũng được. Hãy làm theo tôi!

A 요즘 몸이 너무 약해졌어요!

B 왜요?

A 매일 일해서요.

B 잠깐이라도 일어나는 것이 좋아요. 따라 하세요!

단어 및 표현

thấy 느끼다 **người** 몸 **yếu** 약한 **mỗi ngày** 매일 **đứng dậy** 일어서다 **dù chỉ một lát** 잠깐이라도

핵심 표현

빈칸을 채우고 말하는 연습을 해보세요.

1 thấy~ ~라고 느껴요

1 나는 베트남이 좋다고 느껴요.

Tôi ________ Việt Nam tốt.

2 나는 이 방이 덥다고 느껴요.

Tôi ________ phòng này nóng.

3 나는 베트남어가 재밌다고 느껴요.

Tôi ________ tiếng Việt thú vị.

2 ~dù chỉ một lát 잠깐이라도 ~해요

1 잠깐이라도 쉬어요.

Nghỉ ________________.

2 잠깐이라도 자고 싶어요.

Muốn ngủ ________________.

3 잠깐이라도 만나고 싶어요.

Muốn gặp ________________.

3 동사+theo+명사 ~를 따라 ~해요

1 나는 선생님을 따라 만들어요.

Tôi làm ________ giáo viên.

2 오빠/형은 나를 따라오세요.

Anh hãy đi ________ tôi.

3 언니/누나는 나를 따라 말하세요.

Chị hãy nói ________ tôi.

정답

1 1–3 thấy 2 1–3 dù chỉ một lát 3 1–3 theo

원어민 MP3와
저자 해설강의를 들어 보세요

071 ~ 080

Day 071 **Tôi nhầm rồi.**
착각했어요.

Day 072 **Tôi chán rồi.**
싫증 났어요.

Day 073 **Cho tôi gửi lời hỏi thăm nhé!**
안부 전해주세요!

Day 074 **Đừng để ý nhé!**
신경 쓰지 마세요!

Day 075 **Bạn đúng là khéo chọn hàng.**
안목이 있으시군요.

Day 076 **Thế giới này thật nhỏ.**
세상 참 좁군요.

Day 077 **Tôi sẽ trả.**
내가 낼게요.

Day 078 **Thời gian không còn nữa.**
시간이 다 되어 가요.

Day 079 **Ngạc nhiên quá!**
매우 놀라워요!

Day 080 **Bạn nghe tôi nói này.**
내 말 들어봐요.

Tôi nhầm rồi.

착각했어요.

무언가를 잘못 알고 있음을 깨달았을 때 nhầm(착각하다) 뒤에 완료의 의미인 rồi를 붙여 '착각했어요'의 표현을 사용할 수 있습니다.

A **Ủa?** Sao lại đi vòng vòng vậy?

B **Đi đường này đúng mà.**

A **À xin lỗi.** Tôi nhầm rồi. Tôi cứ tưởng là đường này là đường A.

B **Đừng lo.**

A 잉? 왜 돌아가요?

B 이 길로 가는 게 맞는데요.

A 아 죄송합니다. 착각했어요. 나는 이 길이 A길인 줄 알았어요.

B 걱정 마요.

단어 및 표현

Ủa? 잉?(놀람과 의아함을 나타내는 추임새) **lại+동사/형용사** 일반적, 평범한 일이 아님을 나타냄
đi vòng vòng 빙빙 돌다 **cứ tưởng là** ~인 줄 알았다

핵심 표현

빈칸을 채우고 말하는 연습을 해보세요.

1 Sao lại+동사/형용사 왜 ~해요?(일반적, 평범하지 않은 상황)

1 (상대방이 시험에 합격했는데 슬퍼하고 있는 상황) 왜 슬퍼요?

__________ buồn?

2 (상대방이 돈을 잃어버렸는데 웃고 있는 상황) 왜 웃어요?

__________ cười?

3 (상대방이 이유 없이 벌 받고 있는 상황) 왜 벌 받아요?

__________ bị phạt?

2 nhầm '착각하다'의 다양한 표현

1 전화번호를 착각했어요.

________ số rồi.

2 착각하고 약을 먹었어요.

Uống ________ thuốc rồi.

3 전화를 잘못 걸었어요.

Gọi ________ rồi.

3 cứ tưởng là~ ~인 줄 알았어요

1 나는 오빠/형이 도착한 줄 알았어요.

Tôi ____________ anh đến rồi.

2 나는 공부가 끝난 줄 알았어요.

Tôi ____________ học xong rồi.

3 나는 언니/누나가 슬픈 줄 알았어요.

Tôi ____________ chị buồn.

정답

1 1–3 Sao lại 2 1–3 nhầm 3 1–3 cứ tưởng là

Tôi chán rồi.

싫증 났어요.

chán(지루하다) 뒤에 완료의 의미인 rồi를 붙이면 '싫증 났어요'라는 표현이 됩니다. 싫증 난 것에 대해 표현할 때에는 chán 뒤에 싫증 난 내용을 넣어 '~가 싫증 났어요'라고 하면 됩니다.

A Tôi đang tính rời ký túc xá này.

B **Sao vậy?**

A Tôi chán các món ăn ở đây rồi.

B Thế thì bạn định làm thế nào?

A **Tôi sẽ thuê nhà trọ.**

A 이 기숙사를 나갈까 해요.

B 왜요?

A 여기 음식에 싫증 났어요.

B 그러면 어떻게 할 거예요?

A 하숙집을 얻을 거예요.

단어 및 표현

đang tính~ ~할까 한다 **rời** 떠나다 **ký túc xá** 기숙사 **định+동사** ~할 예정이다 **thuê** 대여하다 **nhà trọ** 하숙집

핵심 표현

빈칸을 채우고 말하는 연습을 해보세요.

1 đang tính~ ~할까 해요

1 나는 휴직할까 해요.

Tôi __________ nghỉ việc.

2 나는 이사할까 해요.

Tôi __________ chuyển nhà.

3 나는 다이어트를 할까 해요.

Tôi __________ giảm cân.

2 chán ~ rồi ~에 싫증 났어요

1 나는 이 음악에 싫증 났어요.

Tôi ________ nhạc này ________.

2 나는 이 과목에 싫증 났어요.

Tôi ________ môn học này ________.

3 나는 한국 생활에 싫증 났어요.

Tôi ________ cuộc sống Hàn Quốc ________.

3 định+동사 ~할 예정이에요

1 나는 출장 갈 예정이에요.

Tôi ________ đi công tác.

2 우리는 결혼할 예정이에요.

Chúng tôi ________ kết hôn.

3 그들은 졸업할 예정이에요.

Họ ________ tốt nghiệp.

정답

1 1–3 đang tính 2 1–3 chán, rồi 3 1–3 định

Cho tôi gửi lời hỏi thăm nhé!

안부 전해주세요!

cho tôi 뒤에 동사인 gửi(보내다), lời hỏi thăm(안부)이 합쳐져 '내가 안부를 보내게 해주세요'라는 의미가 되며 문장 끝에 nhé가 붙어 통보의 의미를 전달할 수 있습니다.

A Ngày mai tôi có hẹn với Minsu.

B **Thế à? Cho tôi gửi lời hỏi thăm nhé!**

A Tôi sẽ làm như vậy.

B Nói với anh ấy là tôi nhớ anh ấy lắm.

A 내일 나는 민수랑 약속이 있어요.

B 그래요? 안부 전해주세요!

A 그렇게 할게요.

B 그에게 내가 너무 보고 싶어한다고 전해주세요.

có hẹn 약속이 있다 **동사+như vậy** 그렇게 하다 **nói với~** ~에게 말하다 **nhớ** 그리워하다; 기억하다

핵심 표현
빈칸을 채우고 말하는 연습을 해보세요.

1 có hẹn với~ ~와 만나기로 했어요

1 나는 협력사와 만나기로 했어요.
Tôi ____________ đối tác.

2 나는 친한 친구를 만나기로 했어요.
Tôi ____________ bạn thân.

3 나는 애인을 만나기로 했어요.
Tôi ____________ người yêu.

2 동사+như vậy 그렇게 ~해요

1 나는 그렇게 이해 안 해요.
Tôi không hiểu __________.

2 나는 그렇게 말했어요.
Tôi đã nói __________.

3 그렇게 바뀔 수 있어요.
Có thể thay đổi __________.

3 Nói với+사람+là~ ~에게 ~하다고 전해주세요

1 그 오빠/형에게 약속을 취소한다고 전해주세요.
__________ anh ấy _________ tôi hủy hẹn.

2 그 언니/누나에게 내가 좋아한다고 전해주세요.
__________ chị ấy _________ tôi thích chị ấy.

3 그 동생에게 음식을 맛있게 먹었다고 전해주세요.
__________ em ấy _________ tôi đã ăn ngon.

정답

1 1–3 có hẹn với 2 1–3 như vậy 3 1–3 Nói với, là

Đừng để ý nhé!

신경 쓰지 마세요!

đừng~(~하지 마), để ý(신경 쓰다), nhé(가벼운 명령)가 합쳐져 '신경 쓰지 마세요'의 표현이 됩니다.

A Cho tôi mượn 50.000 đồng được không? Tôi để quên ví ở nhà rồi.

B **Tất nhiên rồi.**

A **Cảm ơn vì đã giúp đỡ tôi.**

B Đừng để ý! **Chúng ta là bạn mà.**

A 5만동 빌려줄 수 있어요? 지갑을 집에 놓고 왔어요.

B 당연하죠.

A 도와주셔서 감사해요.

B 신경 쓰지 마세요! 우리는 친구잖아요.

mượn 빌리다 **để quên** 깜빡 두고 오다 **ví** 지갑 **Tất nhiên rồi** 당연하죠 **giúp đỡ** 돕다

핵심 표현
빈칸을 채우고 말하는 연습을 해보세요.

1 Cho tôi mượn~ ~를 빌려주세요

1 오빠/형의 오토바이를 빌려주세요.

_______________ xe máy của anh.

2 언니/누나의 공책을 빌려주세요.

_______________ quyển tập của chị.

3 당신의 휴대폰을 빌려주세요.

_______________ điện thoại của bạn.

2 để quên~ ở~ ~에 ~를 깜빡 두고 왔어요

1 나는 사무실에 휴대폰을 깜빡 두고 왔어요.

Tôi _________ điện thoại _________ văn phòng.

2 나는 학교에 우산을 깜빡 두고 왔어요.

Tôi _________ ô _________ trường.

3 나는 회사에 노트북을 깜빡 두고 왔어요.

Tôi _________ máy xách tay _________ công ty.

3 để ý '신경 쓰다'의 다양한 표현

1 나는 다른 사람에게 신경을 안 써요.

Tôi không _________ đến người khác.

2 오빠/형은 누구를 신경 써요?

Anh _________ ai?

3 나는 사소한 일에 신경 쓰고 싶지 않아요.

Tôi không muốn _________ đến việc nhỏ.

정답

1 1–3 Cho tôi mượn 2 1–3 để quên, ở 3 1–3 để ý

Bạn đúng là khéo chọn hàng.

안목이 있으시군요.

đúng là~(역시 ~이다), khéo(능숙한, 솜씨 좋은), chọn(고르다, 선택하다), hàng(물건)이 합쳐져 '역시 물건을 고르는 데 능숙해요', 즉 '안목이 있으시군요'의 표현이 됩니다.

A **Tôi có thể giúp gì cho bạn?**

B **Tôi đang xem xem.** Theo tôi thì cái này trông tốt.

A Bạn đúng là khéo chọn hàng.

B **Thì vậy đi.**

A 무엇을 도와드릴까요?

B 구경 중입니다. 저한테는 이게 좋아 보여요.

A 안목이 있으시군요.

B 그럼 그걸로 하죠.

giúp 돕다 **xem xem** 한번 봐 보다 **theo~** ~에 따르면 **trông+형용사** ~해 보인다 **thì** 그러면 **vậy** 그러한 **~đi** ~하자

핵심 표현

빈칸을 채우고 말하는 연습을 해보세요.

1 Theo tôi thì~ 내 생각에는 ~해요

1 내 생각에는 이것은 매우 비싸요.

_____________ cái này rất đắt.

2 내 생각에는 베트남 사람은 친절해요.

_____________ người Việt Nam thân thiện.

3 내 생각에는 여기 음식이 맛없어요.

_____________ món ăn ở đây không ngon.

2 trông+형용사 ~해 보여요

1 오늘 오빠/형은 잘생겨 보여요.

Hôm nay anh ________ đẹp trai.

2 오늘 내가 못생겨 보여요.

Hôm nay tôi ________ xấu.

3 나의 강아지가 졸려 보여요.

Con cún tôi ________ buồn ngủ.

3 Đúng là~ 역시 ~예요/역시 ~해요

1 역시 사장님이세요.

__________ giám đốc.

2 역시 베트남어를 잘하세요.

__________ nói tiếng Việt giỏi.

3 역시 우리 엄마예요.

__________ mẹ của tôi.

정답

1 1–3 Theo tôi thì 2 1–3 trông 3 1–3 Đúng là

Thế giới này thật nhỏ.

세상 참 좁군요.

thế giới(세계, 세상), này(이), thật(진짜의), nhỏ(작은)가 합쳐져 '세상 참 좁군요' 라는 표현이 됩니다.

A Không ngờ lại gặp bạn ở đây.

B **Đúng.** Thế giới này thật nhỏ.

A Bạn đến đây có chuyện gì vậy?

B **Tôi đến đây vì công việc.**

A 여기서 만나는 게 뜻밖이네요.

B 맞아요. 세상 참 좁군요.

A 여기 무슨 일로 왔어요?

B 업무 때문에 여기에 왔어요.

không ngờ lại~ ~하는 게 뜻밖이다 **chuyện** 일 **công việc** 업무

핵심 표현
빈칸을 채우고 말하는 연습을 해보세요.

1 Không ngờ lại~ ~하는 것이 뜻밖이네요

1 당신이 일찍 온 것이 뜻밖이네요.
_______________ bạn đến sớm.

2 당신이 술 안 먹는 것이 뜻밖이네요.
_______________ bạn không uống rượu.

3 우리가 진 것이 뜻밖이네요.
_______________ chúng tôi bị thua.

2 thật+형용사 진짜/참 ~해요

1 이 호텔은 진짜 고급스러워요.
Khách sạn này ________ sang trọng.

2 이 책은 진짜 유용해요.
Quyển sách này ________ hữu ích.

3 이 일은 진짜 무의미해요.
Việc này ________ vô lý.

3 ~có chuyện gì vậy? 무슨 일로 ~했어요?

1 당신은 무슨 일로 전화하셨어요?
Bạn gọi điện _______________?

2 당신은 무슨 일로 저를 만나길 원하세요?
Bạn muốn gặp tôi _______________?

3 당신은 무슨 일로 거기에 가요?
Bạn đến đó _______________?

정답

1 1–3 Không ngờ lại 2 1–3 thật 3 1–3 có chuyện gì vậy

Tôi sẽ trả.

내가 낼게요.

돈 계산을 할 때 더치페이를 하기도 하지만 누군가를 초대해서 대접하거나 본인이 연장자인 경우 돈을 지불합니다. 미래 시제 sẽ를 trả(지불하다) 앞에 붙여 '내가 낼게요'라고 표현합니다.

A Em ơi! Cho tôi hóa đơn.

B Tôi sẽ tính riêng cho từng người hay sao ạ?

A Không, lấy chung một tờ.

C Tôi sẽ trả. Lần này đến lượt tôi.

A 저기요!(동생뻘을 부를 때) 계산서 주세요.

B 따로 계산해드릴까요 아니면 어떻게 할까요?

A 아니에요, 한 장으로 받을게요.

C 내가 낼게요. 이번은 내 차례예요.

hóa đơn 영수증, 계산서 **tính** 계산하다 **riêng** 따로 **từng người** 각자
~hay sao? ~예요 아니면 어떻게 해요? **chung** 공통의 **tờ** (종이 세는 단위) 장 **lần** 회, 번 **lượt** 차례

핵심 표현

빈칸을 채우고 말하는 연습을 해보세요.

1 ~riêng 따로 ~해요

1 내가 따로 말할게요.

Tôi sẽ nói ________.

2 나는 가족과 따로 살아요.

Tôi sống ________ với gia đình.

3 나는 따로 계획이 있어요.

Tôi có kế hoạch ________.

2 ~hay sao? ~예요 아니면 어떻게 해요?

1 여기서 먹어요 아니면 어떻게 해요?

Ăn ở đây __________?

2 걸어가요 아니면 어떻게 해요?

Đi bộ __________?

3 나 먼저 나가요 아니면 어떻게 해요?

Tôi đi ra ngoài trước __________?

3 ~chung 함께(공통으로) ~해요

1 함께 계산해요.

Tính ________.

2 그들은 함께 살아요.

Họ sống ________.

3 우리는 함께 사용해요.

Chúng ta sử dụng ________.

정답

1 1–3 riêng 2 1–3 hay sao 3 1–3 chung

Thời gian không còn nữa.

시간이 다 되어 가요.

thời gian(시간), không(부정), còn(남아 있다), nữa(더)가 합쳐져 '시간이 더 안 남았다', 즉 '시간이 다 되어 가요'의 표현이 됩니다.

A Tôi muốn nói chuyện về công việc một chút.

B Xin lỗi, tôi phải đi họp. Thời gian không còn nữa.

A Thế thì sáng mai được không?

B Được. Sáng nào cũng được trừ thứ năm.

A 업무에 대해서 잠깐 얘기하고 싶어요.

B 죄송해요. 저는 회의를 가야 해요. 시간이 다 되어 가요.

A 그러면 내일 아침 괜찮아요?

B 돼요. 목요일만 제외하고 아침엔 다 돼요.

단어 및 표현

công việc 업무 **họp** 회의하다 **sáng mai** 내일 아침(buổi sáng(아침)+ngày mai(내일))
trừ~ ~를 제외하고 **thứ năm** 목요일

핵심 표현

빈칸을 채우고 말하는 연습을 해보세요.

1 về+명사 ~에 대해

1 오빠/형은 그녀에 대해 어떻게 생각해요?

Anh nghĩ thế nào ________ chị ấy?

2 나는 베트남에 대해 더 배우고 싶어요.

Tôi muốn học thêm ________ Việt Nam.

3 나는 이 일에 대해 경험이 있어요.

Tôi có kinh nghiệm ________ việc này.

2 명사+nào cũng được 어느 ~이든지 돼요

1 어느 것이든지 돼요.

Cái ________________.

2 어느 사람이든지 돼요.

Người ________________.

3 어느 장소든지 돼요.

Nơi ________________.

3 trừ~ ~를 제외하고, ~를 빼고

1 어느 것이든지 돼요, 고수 빼고.

Cái nào cũng được ________ ngò.

2 어느 사람이든지 돼요, 어린이 빼고.

Người nào cũng được ________ trẻ con.

3 어느 장소든지 돼요, 노래방 빼고.

Nơi nào cũng được ________ karaoke.

정답

1 1–3 về　2 1–3 nào cũng được　3 1–3 trừ

Ngạc nhiên quá!

매우 놀라워요!

어떤 일이나 상황에 대해서 놀라움을 금치 못할 때 ngạc nhiên(놀라운), quá(매우)를 합쳐 '매우 놀라워요!'라고 표현할 수 있습니다.

A **Ngạc nhiên quá! Bạn làm tốt quá!**

B Bạn nghĩ vậy thật à?

A **Vâng.** Tôi không nghĩ là bạn làm tốt hơn vậy.

B Mỗi khi được khen thì tôi cảm thấy hạnh phúc. **Cảm ơn.**

A 매우 놀라워요! 매우 잘 해냈어요!

B 진짜 그렇게 생각하세요?

A 네. 이렇게까지 잘할 줄은 몰랐어요.

B 칭찬을 들을 때마다 나는 매우 행복해요. 감사해요.

nghĩ 생각하다 **thật** 진짜의 **mỗi khi A thì B** A할 때마다 B하다
được khen 칭찬 받다 (khen 칭찬하다) **hạnh phúc** 행복한

핵심 표현

빈칸을 채우고 말하는 연습을 해보세요.

1 ~vậy thật à? 진짜 그렇게 ~해요?

1 그들은 진짜 그렇게 다퉜어요?

Họ đã cãi nhau ____________?

2 내가 진짜 그렇게 말했어요?

Tôi đã nói ____________?

3 나 진짜 그렇게 해요?

Tôi làm ____________?

2 không nghĩ là 형+hơn vậy 그렇게 ~할 줄 몰랐어요

1 나는 그렇게 추울 줄 몰랐어요.

Tôi ________________ lạnh _________.

2 나는 그렇게 슬플 줄 몰랐어요.

Tôi ________________ buồn _________.

3 나는 그렇게 무서운 줄 몰랐어요.

Tôi ________________ sợ _________.

3 Mỗi khi A thì B ~할 때마다 ~해요

1 여행할 때마다 나는 시장에 가요.

_________ du lịch _________ tôi đi chợ.

2 음악을 들을 때마다 나는 춤을 춰요.

_________ nghe nhạc _________ tôi nhảy.

3 치킨을 먹을 때마다 나는 맥주를 마시고 싶어요.

_________ ăn gà rán _________ tôi muốn uống bia.

정답

1 1–3 vậy thật à 2 1–3 không nghĩ là, hơn vậy 3 1–3 Mỗi khi, thì

Bạn nghe tôi nói này.

내 말 들어봐요.

bạn(당신), nghe(듣다) 뒤에 tôi(나), nói(말하다), này(이)가 오게 되면 '내 말 들어봐요'의 표현이 됩니다.

A **Bạn nghe tôi nói này.**

B **Cái gì?**

A **Chúng ta đầu tư vào công ty này mới có thể trở thành người giàu.**

B **Thôi. Tôi không thích đầu tư vì sợ mất tiền.**

A 내 말 들어봐요.

B 뭐요?

A 우리는 이 회사에 투자해야 비로소 부자가 될 수 있어요.

B 됐어요. 돈 잃는 것이 무서워서 나는 투자하는 것을 안 좋아해요.

단어 및 표현

đầu tư (vào~) (~에) 투자하다 **A mới B** A해야 비로소 B하다 **trở thành+명사** ~가 되다 **người giàu** 부자 **Thôi** 그만, 됐어 **sợ** 무서운 **mất tiền** 돈을 잃다

핵심 표현

빈칸을 채우고 말하는 연습을 해보세요.

1 A mới B ~해야 비로소 ~해요

1 먹어야 비로소 배불러요.

Ăn ________ no.

2 배워야 비로소 알아요.

Học ________ biết.

3 사랑해야 비로소 질투해요.

Yêu ________ ghen.

2 trở thành+명사 ~가 되다

1 나는 백만장자가 되고 싶어요.

Tôi muốn ____________ triệu phú.

2 그녀는 공주가 되었어요.

Chị ấy ____________ công chúa.

3 나는 스타가 될 거예요.

Tôi sẽ ____________ ngôi sao.

3 sợ~ ~하는 것이 무서워요

1 나는 말하기가 무서워요.

Tôi ________ nói.

2 나는 외로운 것이 무서워요.

Tôi ________ cô đơn.

3 나는 사랑하는 것이 무서워요.

Tôi ________ yêu.

정답

1 1–3 mới 2 1–3 trở thành 3 1–3 sợ

원어민 MP3와
저자 해설강의를 들어 보세요

081 ~ 090

Làm thế nào bây giờ?

이제 어떻게 하지요?

làm(하다), thế nào(어떻게), bây giờ(지금)이 합쳐져 '이제 어떻게 하지요?'의 표현이 됩니다.

A **Trời ơi!** Tất cả báo cáo bị xóa rồi.

B Lại thế nữa à? Lần này là lần thứ 3 rồi còn gì.

A **Làm thế nào bây giờ?**

B **Chuyện lớn rồi.**

A 맙소사! 모든 보고서가 날아갔어요.

B 또요? 이번이 3번째잖아요.

A 이제 어떻게 하지요?

B 큰일 났네요.

tất cả 모두, 전부 **báo cáo** 보고서 **bị xóa** 삭제되다 **lần** 회, 번 **~còn gì** ~잖아요 **chuyện** 일 **lớn** 큰

핵심 표현

빈칸을 채우고 말하는 연습을 해보세요.

1 tất cả+명사 모든 ~

1 모든 책이 재밌어요.

_________ sách thú vị.

2 나는 모든 음식을 먹었어요.

Tôi ăn _________ món ăn rồi.

3 나는 모든 종류를 좋아해요.

Tôi thích _________ loại.

2 Lại+동사/형용사+nữa à? 또 ~해요?

1 또 울어요?

_________ khóc _________?

2 또 자요?

_________ ngủ _________?

3 또 술 먹어요?

_________ uống rượu _________?

3 ~còn gì ~잖아요

1 많이 샀잖아요.

Mua nhiều rồi _________.

2 시간이 남았잖아요.

Còn thời gian _________.

3 오토바이가 더 빠르잖아요.

Xe máy nhanh hơn _________.

정답

1 1–3 tất cả 2 1–3 Lại, nữa à 3 1–3 còn gì

Đổ đầy xăng cho tôi.

기름 가득 채워주세요.

đổ(붓다), đầy(가득 찬), xăng(기름), cho~(~를 위해), tôi(나)가 합쳐져 '기름 가득 채워주세요'의 표현이 됩니다.

A **Bạn có cần đổ xăng không?**

B **Vâng. Xe của tôi đã hết xăng.**

A Bạn cần bao nhiêu xăng?

B Đổ đầy xăng cho tôi. **Trời ơi!** Dạo này giá xăng tăng rồi.

A 기름 넣을 필요 있으세요?

B 네. 제 차는 기름이 다 됐어요.

A 기름이 얼마나 필요해요?

B 기름 가득 채워주세요. 아이고! 요즘 기름값이 올랐네요.

hết 다 써버리다 **giá** 가격 **tăng** 증가하다, 오르다

핵심 표현

빈칸을 채우고 말하는 연습을 해보세요.

1 Cần bao nhiêu+명사? ~가 얼마나 필요해요?

1 돈이 얼마나 필요해요?

_______________ tiền?

2 의자가 얼마나 필요해요?

_______________ ghế?

3 사람이 얼마나 필요해요?

_______________ người?

2 Đổ đầy+명사 ~를 가득 부어요

1 쌀을 가득 부어요.

__________ gạo.

2 육수를 가득 부어요.

__________ nước dùng.

3 생선 소스를 가득 부어요.

__________ nước mắm.

3 tăng '증가하다', '오르다'의 다양한 표현

1 나는 월급이 오르길 원해요.

Tôi muốn _________ lương.

2 2배로 늘었어요.

_________ gấp 2 lần.

3 체중이 늘었어요.

_________ cân rồi.

정답

1 1–3 Cần bao nhiêu 2 1–3 Đổ đầy 3 1–3 tăng

Bạn có hẹn với ai trước phải không?

선약 있으세요?

bạn(당신), có(있다), hẹn(약속), với~(~와 함께), ai(누구), trước(먼저) 뒤에 phải không?(맞습니까?)가 결합되어 '선약 있으세요?'라는 표현이 됩니다.

A **Cuối tuần này chúng ta cùng đi mua sắm nhé!**

B **À, xin lỗi. Không chắc lắm nhưng có thể không đi được.**

A **Bạn có hẹn với ai trước phải không?**

B **Phải. Thông cảm nhé. Lần sau đi nhé.**

A 이번 주말에 우리 함께 쇼핑 가요!

B 아, 미안해요. 확실하지 않지만 나는 갈 수 없을 수도 있어요.

A 선약 있으세요?

B 맞아요. 양해해줘요. 다음에 가요.

chắc 확실한 **thông cảm** 양해하다 **lần sau** 다음 번

핵심 표현
빈칸을 채우고 말하는 연습을 해보세요.

1 Không chắc lắm nhưng~ 확실하지 않지만 ~

1 확실하지 않지만 이것은 낡았어요.
______________________ cái này cũ rồi.

2 확실하지 않지만 비가 올 거예요.
______________________ trời sẽ mưa.

3 확실하지 않지만 좋은 결과가 있을 거예요.
______________________ sẽ có kết quả tốt.

2 có thể không~ ~ 안 할 수도 있어요

1 나는 참가 안 할 수도 있어요.
Tôi ______________ tham gia.

2 나는 등록 안 할 수도 있어요.
Tôi ______________ đăng ký.

3 나는 동의 안 할 수도 있어요.
Tôi ______________ đồng ý.

3 ~với ai? 누구랑 ~해요?

1 오빠/형은 누구랑 대화하고 싶어요?
Anh muốn nói chuyện _________?

2 언니/누나는 누구랑 사귀고 싶어요?
Chị muốn làm quen _________?

3 동생은 누구랑 해외여행 가고 싶어?
Em muốn đi du lịch nước ngoài _________?

정답

1 1–3 Không chắc lắm nhưng 2 1–3 có thể không 3 1–3 với ai

Kế hoạch kín cả rồi.

스케줄이 꽉 차 있어요.

kế hoạch(계획, 스케줄), kín(꽉 차다), cả(전부), rồi(완료)가 합쳐져 '스케줄이 꽉 차 있어요'의 표현이 됩니다.

A **Thứ bảy bạn có bận rộn việc gì không?**

B Kế hoạch kín cả rồi.

A Ngày hôm sau thì thế nào? **Tôi sẽ theo kế hoạch của bạn.**

B Ngày đó cũng bận quá nên không làm gì được.

A 토요일에 바쁜 일 있어요?

B 스케줄이 꽉 차 있어요.

A 그 다음 날은 어때요? 내가 스케줄을 맞출게요.

B 그날도 너무 바빠서 꼼짝할 수 없어요.

bận rộn 바쁜 **ngày hôm sau** 다음 날 **theo** 따르다 **không ~ gì** 아무것도 ~안 해요

핵심 표현

빈칸을 채우고 말하는 연습을 해보세요.

1 ~kín cả rồi ~가 꽉 차 있어요

1 시간이 꽉 차 있어요.(시간이 촉박해요.)

Thời gian ___________.

2 관객이 꽉 차 있어요.

Khán giả ___________.

3 손님이 꽉 차 있어요.

Khách ___________.

2 ~thì thế nào? ~는 어때요?/~하는 게 어때요?

1 이 약 먹는 게 어때요?

Uống thuốc này ___________?

2 오토바이로 가는 게 어때요?

Đi bằng xe máy ___________?

3 더 자는 게 어때요?

Ngủ nữa ___________?

3 không+동사+gì 아무것도 ~안 해요

1 아무것도 말하고 싶지 않아요.

________ muốn nói ________.

2 아무것도 몰라요.

________ biết ________.

3 아무것도 안 사요.

________ mua ________.

정답

1 1–3 kín cả rồi 2 1–3 thì thế nào 3 1–3 không, gì

Dù sao thì cũng không liên quan gì cả.

아무래도 상관없어요.

dù sao thì(어쨌든), cũng(역시, 또한), liên quan(연관되다), gì(무엇), cả(전부, 모든)이 합쳐져 '어쨌든 전혀 연관이 없다', 즉 '아무래도 상관없어요'의 의미가 됩니다.

A So với cái này, cái kia tốt hơn thì phải.

B Tôi thấy giống nhau mà.

A Chúng ta sẽ chọn cái nào?

B Dù sao thì cũng không liên quan gì cả.

A 이것과 비교하여 저것은 더 좋은 것 같아요.

B 내가 느끼기엔 서로 똑같은데요.

A 우리 어느 스타일로 선택할 거예요?

B 아무래도 상관없어요.

so với~ ~와 비교하여 **~thì phải** ~인 것 같다 **chọn** 선택하다, 고르다

핵심 표현

빈칸을 채우고 말하는 연습을 해보세요.

1 So với~ ~와 비교하여

1 어제과 비교하여 오늘은 더 더워요.

_________ hôm qua, hôm nay nóng hơn.

2 딸과 비교하여 아들이 더 키가 커요.

_________ con gái, con trai cao hơn.

3 영어와 비교하여 베트남어는 성조가 있어요.

_________ tiếng Anh, tiếng Việt có thanh điệu.

2 ~thì phải ~인 것 같아요

1 그 오빠/형이 변한 것 같아요.

Anh ấy thay đổi rồi _________.

2 우리는 잘 어울리는 것 같아요.

Chúng ta hợp với nhau _________.

3 그 언니/누나는 깐깐한 것 같아요.

Chị ấy khó tính _________.

3 Dù sao thì~ 어쨌든 ~해요

1 어쨌든 걸어가야 해요.

_____________ phải đi bộ.

2 어쨌든 이것은 내 것이 아니에요.

_____________ cái này không phải là của tôi.

3 어쨌든 나는 이 호텔에서 잘 거예요.

_____________ tôi sẽ ngủ ở khách sạn này.

정답

1 1–3 So với 2 1–3 thì phải 3 1–3 Dù sao thì

Day 086

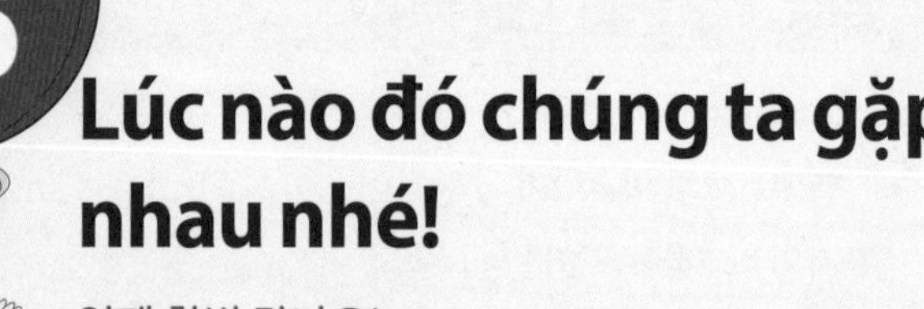

Lúc nào đó chúng ta gặp nhau nhé!

언제 한번 만나요!

lúc nào đó(언젠간), chúng ta(우리), gặp(만나다), nhau(서로), nhé(가벼운 명령, 제안)이 합쳐져 '언제 한번 만나요!'의 표현이 됩니다.

A **Xin lỗi. Hôm nay chúng ta không gặp nhau được. Tôi có chuyện rồi.**

B Làm gì mà bận thế!

A Dạo này tôi không những làm việc của công ty mà còn quản lý chi nhánh ở Việt Nam.

B **Trời ơi! Không sao.** Lúc nào đó chúng ta gặp nhau nhé!

A 미안해요. 오늘 우리는 만날 수 없어요. 나 일이 생겼어요.

B 뭐 하는데 그렇게 바빠요!

A 요즘 나는 회사의 일을 할 뿐만 아니라 베트남 지사까지 관리를 해요.

B 아이고! 괜찮아요. 언제 한번 만나요!

단어 및 표현

không những A mà còn B A할 뿐만 아니라 B하기까지 하다 **quản lý** 관리하다 **chi nhánh** 지사

핵심 표현

빈칸을 채우고 말하는 연습을 해보세요.

1 Làm gì mà ~ thế! 뭐 하는데 그렇게 ~해요!

1 뭐 하는데 그렇게 시끄러워요!

____________ ồn ào _________!

2 뭐 하는데 그렇게 피곤해요!

____________ mệt _________!

3 뭐 하는데 그렇게 늦어요!

____________ muộn _________!

2 không những A mà còn B A할 뿐만 아니라 B하기까지 해요

1 두꺼울 뿐만 아니라 무겁기까지 해요.

____________ dày __________ nặng.

2 겨울은 추울 뿐만 아니라 건조하기까지 해요.

Mùa đông____________ lạnh __________ khô.

3 영화는 재밌을 뿐만 아니라 감동적이기까지 해요.

Phim____________ thú vị __________ cảm động.

3 Lúc nào đó~ 언젠가 ~해요

1 언젠가 나는 성공할 거예요.

____________ tôi sẽ thành công.

2 언젠가 나는 자식을 낳을 거예요.

____________ tôi sẽ sinh con.

3 언젠가 나는 발전할 거예요.

____________ tôi sẽ phát triển.

정답

1 1–3 Làm gì mà, thế　2 1–3 Không những, mà còn　3 1–3 Lúc nào đó

Đỡ hơn rồi.

좀 나아졌어요.

đỡ(나아지다) 뒤에 hơn(더)이 완료의 형태로 결합되어 '좀 나아졌어요'의 표현이 됩니다. đỡ 뒤에 부정적인 형용사가 위치할 경우 특정 상태나, 감정이 나아진다는 의미가 됩니다.

A Bạn đỡ buồn rồi à? Chẳng lẽ vẫn buồn à?

B **Đỡ hơn rồi. Nhưng lòng thì vẫn đau.**

A Lòng cũng sẽ dần dần đỡ đau.

B **Dạ, cảm ơn.**

A 슬픈 것 좀 나아졌어요? 설마 여전히 슬퍼요?

B 좀 나아졌어요. 그런데 마음은 여전히 아파요.

A 마음도 서서히 덜 아파질 거예요.

B 네, 감사합니다.

chẳng lẽ ~ à? 설마 ~예요? **lòng** 마음 **đau** 아픈 **dần dần** 서서히

핵심 표현

빈칸을 채우고 말하는 연습을 해보세요.

1 đỡ+형용사(부정적인 의미) ~한 게 덜해요

1 나는 피곤한 게 덜해졌어요.

Tôi ________ mệt rồi.

2 나는 실망스러운 게 덜해요.

Tôi ________ thất vọng.

3 오늘 날씨 더운 게 덜해요.

Trời hôm nay ________ nóng.

2 Chẳng lẽ ~ à? 설마 ~예요?

1 설마 오빠/형은 감기에 걸린 거예요?

________ anh bị cảm ________?

2 설마 가게가 문을 닫은 거예요?

________ quán đóng cửa rồi ________?

3 설마 아무런 계획이 없는 거예요?

________ không có kế hoạch gì cả ________?

3 dần dần~ 서서히 ~해요

1 나는 서서히 날씨에 익숙해져요.

Tôi ________ quen với thời tiết.

2 나는 서서히 회복 중이에요.

Tôi ________ đang hồi phục.

3 우리는 서서히 알게 될 거예요.

Chúng ta sẽ ________ biết.

정답

1 1–3 đỡ 2 1–3 Chẳng lẽ, à 3 1–3 dần dần

Mọi việc sẽ tốt đẹp.

모두 잘 될 거예요.

mọi(모든), việc(일), tốt đẹp(좋은)이 합쳐져 '모든 일이 좋아요'가 되는데 이에 미래 시제인 sẽ를 결합하여 '모두 잘 될 거예요'라는 뜻의 표현이 됩니다.

A Không biết tại sao dạo này mọi việc xui xẻo.

B Có khi mà tốt đẹp cũng có khi mà không tốt đẹp.

A **Dạ, đúng rồi.**

B Mọi việc sẽ tốt đẹp.

A 요즘 왜 모든 일이 재수가 없는지 모르겠어요.

B 좋을 때도 있고 나쁠 때도 있는 거죠.

A 네, 맞아요.

B 모두 잘 될 거예요.

mọi 모든 **việc** 일 **xui xẻo** 불운의 **có** ~가 있다 **khi~** ~할 때

핵심 표현

빈칸을 채우고 말하는 연습을 해보세요.

1 Không biết tại sao~ 왜 ~인지 모르겠어요

1 왜 우리가 말다툼하는지 모르겠어요.

__________ chúng ta cãi nhau.

2 왜 그 언니/누나가 화났는지 모르겠어요.

__________ chị ấy giận rồi.

3 왜 그 회사가 파산하는지 모르겠어요.

__________ công ty đó phá sản rồi.

2 Có khi mà A cũng có khi mà B A할 때도 있고 B할 때도 있어요

1 슬플 때도 있고 기쁠 때도 있어요.

_______ buồn _______ vui.

2 사랑할 때도 있고 미워할 때도 있어요.

_______ yêu _______ ghét.

3 바쁠 때도 있고 한가할 때도 있어요.

_______ bận _______ rảnh.

3 tốt đẹp '좋은'의 다양한 표현

1 장사가 잘 되다.

Buôn bán _______.

2 첫인상이 좋다.

Ấn tượng đầu tiên _______.

3 관계가 좋다.

Quan hệ _______.

정답

1 1–3 Không biết tại sao 2 1–3 Có khi mà, cũng có khi mà 3 1–3 tốt đẹp

Đáng ra tôi phải nghĩ ra sớm hơn...

진작에 생각해야 했는데…

đáng ra~(~하는 것이 당연하다) 뒤에 phải~(~해야 한다), nghĩ ra(생각해내다), sớm(일찍), hơn(더)가 결합되어 '진작에 생각해야 했는데'의 의미가 됩니다.

A **Tôi mới đặt cái ghế và cái bàn trên mạng rồi.**

B **Ủa? Bạn đặt cả cái ghế và cái bàn à? Chúng tôi có cái ghế rồi mà.**

A **À thế à? Đúng đấy! Đáng ra tôi phải nghĩ ra sớm hơn...**

B **Không sao. Tuy đã đặt nhưng bạn có thể hủy đặt trên mạng.**

A 나는 막 인터넷에서 의자와 테이블을 주문했어요.

B 엥? 의자와 테이블 둘 다 주문했다고요? 우리는 의자가 이미 있는데요.

A 아 그래요? 맞네요! 진작에 생각해야 했는데...

B 괜찮아요. 비록 주문했지만 인터넷에서 주문을 취소할 수 있어요.

단어 및 표현

đặt 주문하다 **trên mạng** 인터넷 상에서 **cả A và B** A, B 둘 다 **tuy A nhưng B** 비록 A했을지라도 B하다 **hủy** 취소하다

핵심 표현
빈칸을 채우고 말하는 연습을 해보세요.

1 cả A và B~ A, B 둘 다

1 나는 야채와 과일 둘 다 좋아해요.

Tôi thích ________ rau ________ hoa quả.

2 나는 이 영화, 저 영화 둘 다 보고 싶어요.

Tôi muốn xem ________ phim này ________ phim kia.

3 모기와 파리 둘 다 날아다녀요.

________ muỗi ________ ruồi bay.

2 Đáng ra phải+동사 진작에 ~했어야 했는데

1 진작에 기억했어야 했는데...

____________ nhớ...

2 진작에 물어봤어야 했는데...

____________ hỏi...

3 진작에 사과했어야 했는데...

____________ xin lỗi...

3 tuy A nhưng B 비록 A하지만 B해요

1 나는 비록 키가 작지만 날씬해요.

Tôi ________ thấp ________ thon thả.

2 초콜릿은 비록 쉽게 살이 찌지만 맛있어요.

Sô cô la ________ dễ béo ________ ngon.

3 비록 비가 오지만 시원해요.

________ trời mưa ________ mát mẻ.

정답

1 1–3 cả, và 2 1–3 Đáng ra phải 3 1–3 tuy, nhưng

Mật khẩu wifi là gì?

무선 인터넷 비밀번호가 뭐예요?

mật khẩu(비밀번호), wifi(무선 인터넷) 뒤에 là gì?(무엇입니까?)가 합쳐져 '무선 인터넷 비밀번호가 뭐예요?'의 표현이 됩니다.

A Mật khẩu wifi là gì?

B Quán chúng tôi không có mật khẩu.

A Nếu không có mật khẩu thì nhiều người có thể sử dụng cùng một lúc. Thế thì tốc độ chẳng phải chậm lắm sao?

B Tôi biết thế nhưng mà không có cách nào cả.

A 무선 인터넷 비밀번호가 뭐예요?

B 우리 가게는 비밀번호가 없어요.

A 만약 비밀번호가 없으면 많은 사람이 동시에 사용할 수 있어요. 그러면 속도가 많이 느려지지 않나요?

B 알지만 어쩔 수 없어요.

단어 및 표현

sử dụng 사용하다 **cùng một lúc** 동시에 **tốc độ** 속도
chẳng phải 형+lắm sao? 너무 ~하지 않아요? **chậm** 느린 **nhưng mà** 그러나, 그런데 **cách** 방법

핵심 표현
빈칸을 채우고 말하는 연습을 해보세요.

1 ~cùng một lúc 동시에 ~해요

1 복숭아와 장어를 동시에 먹지 마라.
Đừng ăn đảo và cá lươn ________________.

2 나는 듣고 쓰는 것을 동시에 해요.
Tôi nghe và viết ________________.

3 내 친구와 나는 동시에 하품해요.
Bạn tôi và tôi ngáp ________________.

2 Chẳng phải+형+lắm sao? 너무 ~하지 않아요?

1 너무 이기적이지 않아요?
____________ ích kỷ __________?

2 너무 예의 없지 않아요?
____________ bất lịch sự __________?

3 너무 습하지 않아요?
____________ ẩm __________?

3 Không có+명사+nào cả 어느 ~도 없어요

1 어느 것도 없어요.
__________ cái __________.

2 어느 사람도 없어요.
__________ người __________.

3 어느 음식도 없어요.
__________ món __________.

정답

1 1–3 cùng một lúc　2 1–3 Chẳng phải, lắm sao　3 1–3 Không có, nào cả

원어민 MP3와
저자 해설강의를 들어 보세요

091 ~ 100

Day 091 **Có thể lùi lại lần sau được không?**
다음으로 미룰 수 있을까요?

Day 092 **Mặt bạn sao thế?**
얼굴이 왜 그래요?

Day 093 **Tất cả thành công cốc rồi.**
전부 물거품이 되어버렸어요.

Day 094 **Tôi mất hồn rồi.**
영혼이 나갔어요.

Day 095 **Thật là ý kiến hay.**
좋은 생각이에요.

Day 096 **Dạo này bạn xinh ra đấy.**
요즘 예뻐졌네요.

Day 097 **Chắc bạn vất vả lắm nhỉ.**
힘드시겠군요.

Day 098 **Không khí sao lại thế này?**
분위기가 왜 이래요?

Day 099 **Bạn cố gắng chịu đựng chút đi!**
좀 참으세요!

Day 100 **Thời gian trôi nhanh quá!**
시간이 너무 빨라요!

Có thể lùi lại lần sau được không?

다음으로 미룰 수 있을까요?

có thể(~할 수 있다), lùi lại(미루다), lần sau(다음번) 뒤에 được không?(가능합니까?)가 합쳐져 '다음으로 미룰 수 있을까요?'의 표현이 됩니다.

A **Hôm nay là ngày lĩnh lương đấy! Chúng ta đi chơi thế nào?**

B **Xin lỗi. Có thể lùi lại lần sau được không?** Tại vì tháng này tôi tốn tiền nhiều lắm rồi.

A **Thế à?** Thế thì bạn nhất định phải tiết kiệm mới được.

B **Vâng.** Từ tháng này tôi phải vừa tiết kiệm vừa kiếm tiền nhiều.

A 오늘은 월급날이에요! 우리 놀러 가는 거 어때요?

B 미안해요. 다음으로 미룰 수 있을까요? 왜냐하면 이번 달에 돈을 너무 많이 썼어요.

A 그래요? 그러면 꼭 절약해야겠네요.

B 네. 이번 달부터 절약하면서 돈을 많이 벌어야 해요.

lĩnh lương 월급받다 **tốn tiền** 돈을 (낭비하여) 쓰다 **nhất định** 꼭 **tiết kiệm** 절약하다
mới 비로소 **vừa A vừa B** A하면서 B하다

핵심 표현

빈칸을 채우고 말하는 연습을 해보세요.

1 동사+nhiều lắm rồi 너무 많이 ~했어요

1 나는 너무 많이 먹었어요.

Tôi ăn ______________.

2 나는 너무 많이 일했어요.

Tôi làm ______________.

3 나는 너무 많이 잤어요.

Tôi ngủ ______________.

2 nhất định phải+동사+mới được 꼭 ~해야겠네요

1 당신은 꼭 신청해야겠네요.

Bạn ______________ đăng ký ___________.

2 나는 꼭 일찍 자야겠네요.

Tôi ______________ ngủ sớm ___________.

3 당신은 꼭 입학해야겠네요.

Bạn ______________ nhập học ___________.

3 vừa A vừa B A하면서 B해요

1 나는 밥 먹으면서 동영상을 봐요.

Tôi _________ ăn cơm _________ xem clip.

2 내 친구는 똑똑하면서 예뻐요.

Bạn tôi _________ thông minh _________ đẹp.

3 휴대폰은 편리하면서 사용하기 쉬워요.

Điện thoại _________ tiện lợi _________ dễ dùng.

정답

1 1–3 nhiều lắm rồi 2 1–3 nhất định phải, mới được 3 1–3 vừa, vừa

Mặt bạn sao thế?

얼굴이 왜 그래요?

mặt(얼굴), bạn(당신), sao(왜), thế(그러한)이 결합하여 '얼굴이 왜 그래요?'의 표현이 됩니다.

A Mặt bạn sao thế?

B Tôi lỡ xe rồi.

A Thảo nào, hồi nãy có một chiếc xe đi qua rồi.
Lần sau thì bạn đến sớm hơn kẻo lỡ xe nhé.

B Hiểu rồi.

A 얼굴이 왜 그래요?

B 나 차를 놓쳤어요.

A 어쩐지, 방금 전에 차 한 대가 지나갔어요. 다음번에는 차를 놓치지 않도록 좀 더 일찍 와요.

B 알겠어요.

lỡ xe 차를 놓치다 **thảo nào** 어쩐지 **hồi nãy** 방금 전 **đi qua** 지나가다 **lần sau** 다음번
kẻo~ ~하지 않도록

핵심 표현

빈칸을 채우고 말하는 연습을 해보세요.

1 ~sao thế? ~가 왜 그래요?

1 상황이 왜 그래요?

Tình hình ________?

2 요즘 경제가 왜 그래요?

Kinh tế dạo này ________?

3 내용이 왜 그래요?

Nội dung ________?

2 Thảo nào~ 어쩐지 ~해요

1 어쩐지 그 오빠/형은 슬퍼 보여요.

________ anh ấy trông buồn.

2 어쩐지 우리 직원이 늦게 왔어요.

________ nhân viên chúng tôi đến muộn.

3 어쩐지 오늘 사람이 너무 붐벼요.

________ hôm nay đông người quá.

3 kẻo~ ~하지 않도록

1 늦게 일어나지 않도록 나는 일찍 자야 해요.

Tôi phải ngủ sớm ________ thức dậy muộn.

2 비행기를 놓치지 않도록 조심하세요.

Cẩn thận ________ lỡ máy bay nhé.

3 까먹지 않도록 메모하세요.

Ghi lại ________ quên nhé.

정답

1 1–3 sao thế　2 1–3 Thảo nào　3 1–3 kẻo

Tất cả thành công cốc rồi.

전부 물거품이 되어버렸어요.

tất cả(전부, 모두), thành~(~가 되다), công cốc(허사), rồi(완료)가 합쳐져 '전부 물거품이 되어버렸어요'의 표현이 됩니다.

A **Điên mất thôi.**

B **Sao thế?**

A **Tôi đang nói chuyện với mẹ chồng thì lỡ miệng. Tôi muốn được yêu thương mà tất cả thành công cốc rồi.**

B **Đừng lo lắng nhé. Mẹ chồng chị sẽ tha thứ cho chị.**

A 돌아버리겠어요.

B 왜 그래요?

A 시어머니랑 대화하다가 말실수했어요. 나는 예쁨 받고 싶은데 전부 물거품이 되어버렸어요.

B 걱정 마세요. 시어머니는 용서해줄 거예요.

단어 및 표현

điên mất 돌아버리다 **nói chuyện với~** ~와 대화하다 **mẹ chồng** 시어머니 **lỡ miệng** 말실수하다 **được+동사** ~되다(수동태) **yêu thương** 사랑하다 **tha thứ** 용서하다

핵심 표현

빈칸을 채우고 말하는 연습을 해보세요.

1 đang+동사+thì~ ~하다가 ~했어요

1 집에 가다가 친구를 만났어요.

Tôi ________ về nhà ________ gặp bạn.

2 일하다가 전화가 왔어요.

Tôi ________ làm việc ________ có điện thoại.

3 영화 보다가 졸았어요.

Tôi ________ xem phim ________ ngủ gật.

2 được+(긍정적)동사 ~받다/~되다(수동태)

1 나는 칭찬받기를 원해요.

Tôi muốn ________ khen.

2 우리는 허락받았어요.

Chúng tôi ________ phép.

3 컴퓨터가 수리되었어요.

Máy vi tính ________ sửa.

3 A mà B A하는데 B하다

1 나는 전화 걸었는데 우리 엄마는 받질 않아요.

Tôi gọi điện rồi ________ mẹ tôi không nhận.

2 공부를 많이 했는데 기억이 잘 안 나요.

Tôi học nhiều rồi ________ không nhớ rõ.

3 밤새웠는데 안 피곤해요.

Tôi thức đêm ________ không mệt.

정답

1 1–3 đang, thì 2 1–3 được 3 1–3 mà

Tôi mất hồn rồi.

영혼이 나갔어요.

mất(잃다), hồn(영혼), rồi(완료)가 합쳐져 '영혼을 잃었어요', '영혼이 나갔어요'의 표현이 됩니다.

A Bạn nhìn gì mà như người mất hồn thế?

B **Tôi mất hồn rồi. Tôi bị chia tay rồi.**

A Đằng nào cũng đã chia tay nhau nên bạn mau quên đi!

B Khó quên quá!

A 뭘 보길래 넋을 잃은 사람 같아요?

B 나는 영혼이 나갔어요. 나는 차였어요.

A 이왕 헤어졌으니 빨리 잊어요!

B 잊기가 너무 어려워요!

단어 및 표현

nhìn 보다 **như~** ~같은, ~처럼 **bị+동사** ~당하다 **đằng nào cũng~** 이왕 ~했으니
chia tay 헤어지다 **nhau** 서로 **mau** 빠른, 빨리 **quên** 잊다 **khó+동사** ~하기 어렵다

핵심 표현

빈칸을 채우고 말하는 연습을 해보세요.

1 동사+gì mà như+명사+thế? 뭘 하길래 그렇게 ~같아요?

1 무슨 일하길래 그렇게 부자 같아요?

Làm ___________ người giàu ________?

2 뭘 먹길래 그렇게 모델 같아요?

Ăn ___________ người mẫu ________?

3 뭘 공부하길래 그렇게 똑똑한 사람 같아요?

Học ___________ người thông minh ________?

2 Đằng nào cũng ~ nên+동사+đi! 이왕 ~했으니 ~해라!

1 이왕 시작했으니 끝내라!

_______________ đã bắt đầu _____ kết thúc ____!

2 이왕 왔으니 즐겁게 놀아라!

_______________ đã đến _____ chơi vui vẻ ____!

3 이왕 결정했으니 열심히 해라!

_______________ đã quyết định _____ làm chăm chỉ ____!

3 Khó+동사 ~하기 어려워요

1 용서하기 어려워요.

________ tha thứ.

2 거절하기 어려워요.

________ từ chối.

3 찾기 어려워요.

________ tìm.

정답

1 1–3 gì mà như, thế 2 1–3 Đằng nào cũng, nên, đi 3 1–3 Khó

Thật là ý kiến hay.

좋은 생각이에요.

thật là(진짜 ~이다), ý kiến(의견), hay(좋은)이 합쳐져 '좋은 의견이에요', '좋은 생각이에요'의 표현이 됩니다. hay 대신에 tốt(좋은)으로 바꿔 사용 가능합니다.

A **Đi lại bằng taxi tốn tiền lắm.** Tôi đành phải mua xe máy.

B **Thật là ý kiến hay.**

A **Bạn thì không mua xe máy à?**

B Nhân tiện bạn nói, tôi cũng nên mua xe máy. Miễn là có tiền.

A 택시로 이동하는 것은 돈이 많이 들어가요. 나는 오토바이를 사는 수밖에 없어요.

B 좋은 생각이에요.

A 당신은 오토바이 안 사나요?

B 당신이 말한 김에, 나도 오토바이를 사는 것이 좋겠어요. 돈이 있기만 하다면요.

단어 및 표현

đi lại 이동하다 **tốn tiền** 돈 낭비하다 **đành phải+동사** ~하는 수밖에 없다 **nhân tiện** 하는 김에 **miễn là~** ~하기만 한다면

핵심 표현
빈칸을 채우고 말하는 연습을 해보세요.

1 đành phải+동사 ~할 수밖에 없어요

1 오빠/형은 담배를 끊을 수밖에 없어요.
Anh __________ bỏ thuốc lá.

2 언니/누나는 술을 끊을 수밖에 없어요.
Chị __________ bỏ rượu.

3 나는 이 집을 팔 수밖에 없어요.
Tôi __________ bán nhà này.

2 Nhân tiện~ ~하는 김에

1 당신이 여기 온 김에 함께 밥 먹고 싶어요.
__________ bạn đến đây, tôi muốn cùng ăn.

2 시장에 가는 김에, 나는 닭고기를 살 거예요.
__________ đi chợ, tôi sẽ mua thịt gà.

3 베트남에 가는 김에, 오빠/형은 커피를 사다 줄 수 있어요?
__________ đi Việt Nam, anh có thể mua cà phê cho tôi được không?

3 Miễn là~ ~하기만 한다면요

1 차가 있기만 한다면요.
__________ có xe ô-tô.

2 주말에 쉬기만 한다면요.
__________ được nghỉ vào cuối tuần.

3 이 음식을 먹을 수만 있다면, 기다릴 수 있어요.
__________ ăn món này, tôi có thể chờ.

정답

1 1–3 đành phải 2 1–3 Nhân tiện 3 1–3 Miễn là

Dạo này bạn xinh ra đấy.

요즘 예뻐졌네요.

dạo này(요즘), xinh ra(예뻐지다), đấy(문장 끝에서 강조)가 합쳐져 '요즘 예뻐졌네요' 의 표현이 됩니다. ra의 동사 뜻 '나가다'의 의미가 아닌 긍정적인 형용사 뒤에 붙어 '~해지다'의 의미로 형용사의 상태 변화를 나타냅니다.

A **Dạo này bạn xinh ra đấy.**

B **Không phải.** Dạo này do trở nên béo nên quần áo chật hết cả.

A Tôi thấy bạn càng ngày càng đẹp mà.

B **Cảm ơn bạn.**

A 요즘 예뻐졌네요.

B 아니에요. 요즘 뚱뚱해져서 옷이 다 작아졌어요.

A 내가 느낄 땐 날이 가면 갈수록 점점 예뻐지는데요.

B 고마워요.

단어 및 표현

do A nên B A하기 때문에 B하다 **trở nên+형용사** ~해지다 **béo** 뚱뚱한 **quần áo** 옷 **chật** 작은 **hết cả** 전부, 다 **càng ngày càng~** 날이 갈수록 점점 ~해지다

핵심 표현
빈칸을 채우고 말하는 연습을 해보세요.

1 Do A nên B ~하기 때문에 ~해요

1 키가 크기 때문에 농구를 잘해요.

_______ cao _______ giỏi bóng rổ.

2 잘생겼기 때문에 인기가 많아요.

_______ đẹp trai _______ được mến mộ

3 이 음식이 맛없기 때문에 나는 더 안 먹어요.

_______ món này không ngon _______ tôi không ăn nữa.

2 trở nên+형용사 ~해져요.

1 몸이 약해져요

Cơ thể _________ yếu.

2 날씨가 추워져요.

Thời tiết _________ lạnh.

3 성격이 뻔뻔해져요.

Tính cách _________ trơ trẽn.

3 Càng ngày càng~ 날이 갈수록 점점 ~해요

1 날이 갈수록 점점 멋있어져요.

_______________ đẹp trai.

2 날이 갈수록 점점 젊어져요.

_______________ trẻ.

3 날이 갈수록 점점 나아져요.

_______________ đỡ.

정답

1 1–3 Do, nên 2 1–3 trở nên 3 1–3 Càng ngày càng

Chắc bạn vất vả lắm nhỉ.

힘드시겠군요.

chắc(아마), vất vả(고생한, 힘든), lắm(너무, 매우), nhỉ(문장 끝에서 동의를 구하는 표현)이 합쳐져 '힘드시겠군요'의 표현이 됩니다.

A **Tôi mới làm việc nhà xong rồi.**

B **Chắc bạn vất vả lắm nhỉ.**

A **Vâng. Nhà tôi không có người giúp việc nên mệt lắm. Nhưng tôi nghĩ là việc đương nhiên cần làm.**

B **Hóa ra là vậy.**

A 나는 막 집안일을 끝냈어요.

B 힘드시겠군요.

A 네. 우리 집에 도우미가 없어서 너무 피곤해요. 그러나 나는 당연히 해야 할 일이라고 생각해요.

B 그렇군요.

người giúp việc 도우미 **đương nhiên** 당연한 **cần** 필요하다 **hóa ra (là)** 알고보니 ~더라

핵심 표현

빈칸을 채우고 말하는 연습을 해보세요.

1 Chắc+형+lắm nhỉ 너무 ~하겠군요

1 너무 재밌겠군요.

_________ thú vị _________.

2 너무 복잡하겠군요.

_________ phức tạp _________.

3 너무 예쁘겠군요.

_________ đẹp _________.

2 việc đương nhiên cần+동사 당연히 ~해야 할 일

1 이 문제는 당연히 물어볼 일이에요.

Vấn đề này là _______________________ hỏi.

2 나는 당연히 해야 할 일이라고 생각해요.

Tôi nghĩ là _______________________ làm.

3 이 일은 당연히 진행해야 할 일이에요.

Việc này là _______________________ tiến hành.

3 Hóa ra (là)~ 알고 보니 ~더라

1 알고 보니 내가 틀렸더라.

__________ tôi sai.

2 알고 보니 내가 더 좋아하더라.

__________ tôi thích hơn.

3 알고 보니 오래 걸리더라.

__________ mất lâu.

정답

1 1–3 Chắc, lắm nhỉ 2 1–3 việc đương nhiên cần 3 1–3 Hóa ra

Không khí sao lại thế này?

분위기가 왜 이래요?

không khí(분위기), sao(왜), lại(일반적이지 않는 상황), thế này(이렇게)가 합쳐져 '분위기가 왜 이래요?'의 표현이 됩니다.

A Không khí sao lại thế này?

B Giám đốc lúc nào cũng chỉ mắng mỏ tôi.

A Chẳng có gì to tát mà... **Đúng không?**

B **Đúng rồi.**

A 분위기가 왜 이래요?

B 사장님은 항상 저만 혼내요.

A 별것도 아닌데... 맞죠?

B 맞아요.

lúc nào cũng+술어 항상 ~하다 **chỉ** 단지, 오직 **mắng mỏ** 혼내다, 꾸짖다 **to tát** 큰

핵심 표현

빈칸을 채우고 말하는 연습을 해보세요.

1 명사+sao lại thế này? ~가 왜 이래요?

1 얼굴이 왜 이래요?

Mặt ______________?

2 방이 왜 이래요?

Phòng ______________?

3 머리가 왜 이래요?

Tóc ______________?

2 lúc nào cũng+술어 항상 ~해요

1 나는 항상 일찍 일어나요.

Tôi ______________ thức dậy sớm.

2 내 동생은 항상 외국 여행 가요.

Em tôi ______________ đi du lịch nước ngoài.

3 이 가게는 항상 문을 늦게 닫아요.

Quán này ______________ đóng cửa muộn.

3 Chẳng có gì ~ mà ~한 것이 없잖아요

1 쉬운 것이 없잖아요.

______________ dễ __________.

2 부끄러울 것이 없잖아요.

______________ xấu hổ __________.

3 아쉬울 것이 없잖아요.

______________ tiếc __________.

정답

1 1–3 sao lại thế này 2 1–3 lúc nào cũng 3 1–3 Chẳng có gì, mà

Bạn cố gắng chịu đựng chút đi!

좀 참으세요!

cố gắng(노력하다), chịu đựng(참다), chút(조금, 잠깐), đi(~해라)가 합쳐져 '좀 참으세요!'의 표현이 됩니다.

A **Bực mình quá!** Tôi muốn đánh bạn tôi ngay!

B **Sao thế?**

A Tôi đang háo hức xem phim A thì bạn tôi kể hết nội dung rồi.

B **Trời ơi!** Bạn cố gắng chịu đựng chút đi!

A 너무 짜증 나요! 나는 내 친구를 당장 때리고 싶어요!

B 왜 그래요?

A 나는 A 영화를 보려고 기대하고 있었는데 내 친구가 내용을 다 말했어요.

B 아이고! 좀 참으세요!

bực mình 짜증 난 **đánh** 때리다 **동사+ngay** 바로, 즉시 ~하다 **háo hức** 기대하다 **kể** 말하다 **nội dung** 내용

핵심 표현
빈칸을 채우고 말하는 연습을 해보세요.

1 동사+ngay 바로 ~해요

1 나는 바로 집에 가고 싶어요.

Tôi muốn về nhà ________.

2 집에 간 후에 나는 바로 누워요.

Sau khi về nhà, tôi nằm ________.

3 끝나면 바로 전화하세요!

Kết thúc thì gọi điện ________ nhé!

2 đang háo hức~ thì~ ~하려고 기대했는데 ~해요

1 나는 데이트하려고 기대했는데 취소되었어요.

Tôi ____________ hẹn hò ________ hủy rồi.

2 나는 치킨 먹으려고 기대했는데 내 오빠/형이 다 먹었어요.

Tôi ____________ ăn gà rán ________ anh tôi ăn hết rồi.

3 나는 여행 가려고 기대했는데 표가 매진되었어요.

Tôi ____________ đi du lịch ________ hết vé rồi.

3 Cố gắng+동사+chút đi! 좀 ~하세요!

1 좀 기다리세요!

_________ chờ _________!

2 좀 절약하세요!

_________ tiết kiệm _________!

3 좀 양해해주세요!

_________ thông cảm _________!

정답

1 1–3 ngay 2 1–3 đang háo hức, thì 3 1–3 Cố gắng, chút đi

Thời gian trôi nhanh quá!

시간이 너무 빨라요!

thời gian(시간), trôi(경과하다, 지나다), nhanh(빠른, 빨리), quá(너무, 매우)가 합쳐져 '시간이 너무 빨라요!'라는 뜻이 되었습니다.

A Còn 1 tháng nữa là đến năm mới.

B **Thế à? Thời gian trôi nhanh quá!** Mới đó mà đã năm mới rồi.

A **Theo tôi,** càng lớn tuổi thì càng có trách nhiệm.

B **Đồng ý!**

A 한 달이 지나면 새해네요.

B 그래요? 시간이 너무 빨라요! 벌써 새해가 됐네요.

A 나이를 먹을수록 책임감이 생겨요.

B 동의해요.

còn 남다, 남아 있다 **năm mới** 새해 **mới đó mà** 벌써 **càng~ càng~** ~하면 할수록 ~해요
lớn tuổi 나이를 먹다 **trách nhiệm** 책임 **đồng ý** 동의하다

핵심 표현
빈칸을 채우고 말하는 연습을 해보세요.

1 Còn+기간+nữa là đến ~ rồi ~지나면 ~네요

1 1주 지나면 추석이네요.

_________ 1 tuần _______________ Trung Thu _________.

2 3달 지나면 설날이네요.

_________ 3 tháng _______________ Tết _________.

3 2달 지나면 내 생일이네요.

_________ 2 tháng _______________ sinh nhật tôi _________.

2 Mới đó mà đã ~ rồi 벌써 ~했어요

1 벌써 14살이 됐어요.

_______________ 14 tuổi _________.

2 벌써 겨울이 됐어요.

_______________ mùa đông _________.

3 벌써 엄마가 됐어요.

_______________ mẹ _________.

3 Càng~ càng~ ~하면 할수록 ~해요

1 배우면 배울수록 알고 싶어요.

_________ học _________ muốn biết.

2 알면 알수록 흥미로워요.

_________ biết _________ hứng thú.

3 마시면 마실수록 목말라요.

_________ uống _________ khát nước.

정답

1 1–3 Còn, nữa là đến, rồi 2 1–3 Mới đó mà đã, rồi 3 1–3 Càng, càng